இரத்தக் கண்ணீர்

கலைஞர் மு. கருணாநிதி

Title: Ratha Kanneer

Author: M. Karunanidhi

Language: Tamil

First Published on: 1953

Year of Publication: 2024

Book Format: Paperback

*Page Size: 6inch * 9inch*

Category: Fiction

Subject: Novel

No. of pages: 210

ISBN: 978-81-996243-9-9

Published by: Nilan Publishers, Madurai, Tamilnadu, India

பொருளடக்கம்

குறிப்புகளுக்காக

பதிப்புரை

14 - 4 - 1948 - ம் ஆண்டு 'முரசொலி' ஏட்டில் கருணாநிதி அவர்கள் 'இரத்தக் கண்ணீர்' என்ற தலைப்பின் தொடர்கதை எழுதத் துவங்கினார். முரசொலி இடையில் நிறுத்தப்பட்டதால் கதையும் நிறுத்தப்பட வேண்டி நேரிட்டது. அதே தலைப்பில்தான் இந்த சித்திரத்தை உங்கள் முன்வைக்கிறோம். கலைஞரின் இந்தப் புதிய படைப்பை தமிழகம் பாராட்டி வரவேற்கும் என்பதில் ஐயம் சிறிதுமில்லை.

தி. வி. முத்துகிருஷ்ணன்

முன்னுரை

இரத்தக் கண்ணீர் தழுவல் ஓவியம். ஆனால் முழுவதுமல்ல. இரகசியத்தை அம்பலமாக்கும் பூபதி என்ற மருத்துவரும் இன்னும் சில அடிப்படைக் கருத்துக்களுமே வேறு மொழி நவீனத்திலிருந்து இரவல். மற்றெல்லாம் சமுதாய நிலையின் படப்பிடிப்பு.

காலம் - மிகப் பழமையும் புதுமையுமற்ற இடைக்காலம். சிற்றரசர்களும், பாளையக்காரர்களும் நாட்டின் பல பகுதிகளில் தங்களின் ஆதிக்கத்தைச் செலுத்திக்கொண்டிருந்த காலமெனில் மிகப் பொருந்தும். கதையில் வரும் இடங்களும் கற்பனைகளேதான்.

இடைக்காலத்து கற்பனை யொன்றின் வாயிலாக இந்தக் காலத்துக்குத் தேவையான கருத்துக்களைச் சொல்ல ஆசைப்பட்டேன். அது தான் இது ! இதை உங்களிடம் தரும் திராவிடப் பண்ணையார் என் நன்றிக்குரியவர். அதோடு. இந்நூலெழுத வாய்ப்பும் - ஓய்வுமளித்த அரசியலார் பெரு நன்றிக்குரியவர்கள்.

திருச்சி மத்ய சிறை

20 - 11 - 53

மு. கருணாநிதி

நுழைவாய்

வேங்கை நகர் சிற்றரசின் ஆதிக்கம் பரவியுள்ள பகுதி. அந்தப் பகுதியிலே பல பாளையக்காரர்கள் தங்களின் பலமிழந்து - படையிழந்து கூட்டுக்குள் அடங்கிய கோழிகள் போல தங்கள் கோட்டைக்குள் அடங்கிக் கிடந்தார்கள். அவர்கள் வாழும் ஊர்களிலும், அதைச் சார்ந்த இடங்களிலும் வரி வசூலித்து சிற்றரசனுக்கு அனுப்பிவைக்கவும் - சிற்றரசன் நடத்தும் வேடிக்கை விழாக்களிலே கலந்து கொள்ளவும், சிற்றரசு தரும் சலுகைகளைக் கொண்டு தன்னூர் மக்களை மிரட்டி வாழ்வும் மட்டுமே உரிமை பெற்றவர்களாயிருந்தார்கள். அத்தகைய பாளையக்காரர் ஊர்களிலே ஒன்று தான் பழூதூர்.
பெயரிலேயே அடங்கிக்கிடக்கிறது அதன் வளம். பழூதூர் பாளையக்காரர் ஒருகாலத்திலே ஏற்றம் பெற்றிருந்தார். எந்த சிற்றரசர்களாலும் அடக்கியாளமுடியாத அந்த வீரரை வேங்கை நகர் சிற்றரசு வெற்றிகண்டு விட்டது. தோல்வியைத் தாங்கமுடியாமல் பாளையக்காரர் தன்னுயிரை மாய்த்துக் கொண் டார். அவருக்குப் பின் அவரது மகன் வேங்கை நகருக்கு அடங்கி வாழ உறுதியளித்து தனது படைகளையெல்லாம் கலைத்துவிட்டு பழூதூரில் ஆதிக்கம் செலுத்துவதை மட்டும் தன்வசம் வைத்துக்கொண்டார். அவரது பெயர்தான் பலதேவர்.

பழூதூர் வேங்கை நகரத்தான் காலில் சிக்கி பல ஆண்டுகள் ஆகிவிட்டன. ஆகவே பழூதூர் மீண்டும் படை திரட்டி தலையெடுக்கவேண்டும் என்ற எண்ணம் அவருக்குமில்லை - அந்த ஊரின் மக்களுக்குமில்லை. காரணம்; பாளையக்காரன் ஆட்சியில் வாழ்வதும் - வேங்கை நகரத்தான் ஆட்சியில் வாழ்வதும் - இரண்டும் ஒன்றுதான் அந்த மக்களுக்கு.

ஆனாலும் - அதோ பாளையக்காரர் பலதேவர் தலைகுனிந்தபடி வாட்டமுடன் நிற்கிறாரே ?

அவரது குடும்பத்திலே ஏற்பட்ட அவமானகாமான ஒரு நிகழ்ச்சி அவரை அப்படிக் கலக்கி விட்டது. அத்தகைய நிகழ்ச்சிதான் என்ன?

என்னோடு பழுதூருக்கு வாருங்கள் ; முழுக் கதையும் சொல்லுகிறேன்.

இரத்தக் கண்ணீர்

[நாடகம்]

காட்சி - 1 : பழுதூர்

ஊரைச்சுற்றி யோடிடும் ஆறு, அதன் கரைகளைப்பற்றி யாரும் கவலைப்பட்டதாகத் தெரியவில்லை. ஆற்றின் ஓரங்களிலே கவனிப்பாரற்றுக் கிடக்கும் கனிகுலுங்கும் சோலைகள். அவைகளை விட்டு ஊருக்குள் நுழைந்தால் அழகிழந்து போன அகலமான வீதிகள். வீதிகளின் பள்ளங்களிலே தேங்கிக் கிடக்கும் அழுக்கு நீர். அதிலே புரளும் பன்றிக்குட்டிகள், அவைகளுடன் கல்லெறிந்து விளையாடும் சிறுவர்கள். பெரும் பெரும் வீடுகள். உயர்ந்த கோபுரத்தையுடைய ஓர் ஆலயம். ஆலயத்திற்கு அருகாமையிலே பெரியதோர் மடாலயம். ஊருக்கு நடுவே உப்பரிகைகள் கொண்ட பலமான அரண்மனை. அரண்மனையை அடுத்து சிறிதும் பெரிதுமான சோபையிழந்த தெருக்கள். தெருக்களிலே குதிரை பூட்டிய பல்லக்கு வடிவமான வண்டிகள் போவதும் வருவதுமா யிருக்கின்றன. காய்கறிக் கூடைகளை தலையில் சுமந்து கூவியவண்ணம் வியாபாரம் செய்திடும் வயதான ஆடவர் - பெண்டிர், கோயிலுக்கு எதிரேயுள்ள திருக்குளத்திலே நீந்தி விளையாடும் வாலிபர்கள் ; தாமரையெனும் முகமுடைய மங்கையர்கள்.

குளத்தின் எதிர்க்கரையிலே பழமை படிந்து போன ஒரு வீடு. அந்த வீட்டின் முகப்பிலே 'அஞ்சல் மனை' என்ற எழுத்துக்கள் தூசி படிந்து காணப்படுகின்றன. வீட்டு வாயிலிலே கம்பீரமான குதிரையொன்றை ஒரு கட்டுக் கோப்பான தேகமுடைய வாலிபன் தேய்த்துக் குளிப்பாட்டிக் கொண்டிருக்கிறான். அவனது தோள்கள் குன்றை வெல்லும் தோற்றமுடையவை. முகமோ வீரக்களை வாய்ந்தது.

உதடுகளைக் குவித்து ஏதோ ஒரு பாட்டை புல்லாங்குழல் ஒலியில் ஊதிக்கொண்டே குதிரை தேய்க்கும் வேலையில் மும்முரமாக ஈடுபட்டிருக்கிறான். அந்த வீட்டின் உட்புறத்திலே - நடுத்தர வயதுடையவனா அல்லது கிழவனா என்று உறுதியாகச் சொல்லமுடியாத வண்ணம் - காலரேகைகளால் சூழப்பட்ட முகத்தையுடைய ஒரு மனிதன் தனது கூரிய கண்களை அங்குமிங்கும் செலுத்தியபடி கையிலேயுள்ள முத்திரை குத்தும் கருவியை உருட்டிக்கொண்டிருக்கிறான். அவனுக்கெதிரே சுருள் சுருளாக கட்டப்பட்டுக் கிடக்கும் ஓலைகள் குவிந்திருக்கின்றன. அவைகளை ஒருமுறை பார்க்கிறான். அந்த மனிதன். ஒரு அசாதாரணமான வெறுப்பு அவன் உள்ளத்திலே ஜூவாலைவிட்டுக் கிளம்புவதை சுருங்கி விரியும் அவன் அடர்ந்த புருவங்களின் அசைவுகள் நமக்கு உணர்த்துகின்றன. எதிரிலே அரக்கு உருகிக் கொண்டிருக்கிறது தீயிலே! கையிலுள்ள முத்திரை குத்தும் கருவியை ஒருமுறை பார்த்துக்கொள்கிறான். வேங்கையின் சின்னம் பொறித்த அந்தக் கருவியைக் கீழே வைக்கிறான். பிறகு தன் அகலமான வாயைத் திறக்கிறான்.

"ஏ நாய்க்குட்டிப் பயலே! எங்கே போய்விட்டாய்! சீக்கிரம் வாடா!"

"இதோ வந்துவிட்டேன்" என்று ஒரு குரல் கேட்கிறது. ஆஜானுபாகுவான ஒரு முரட்டு ஆள் உள்ளேயிருந்து வருகிறான். மரியாதையுடன் நிற்கிறான். அவன் கையிலே ஒரு வேல்கம்பு இருக்கிறது. அதில் சிறிய மணிகள் கட்டப்பட்டிருக்கின்றன.

அவன் பணிவுடன் கேட்கிறான்,

"அடியேன் என்ன செய்யவேண்டும்?"

" அதையும் சொல்லவேண்டுமா! ஓலைகளை எடுத்துப் பையிலே போடு!"

ஓலைகள் பையிலே போடப்பட்டுக் கட்டப்படுகின்றன.

"பையின் கழுத்திலே முத்திரையைப் போடு!"

வேங்கைச் சின்னமிட்ட முத்திரை போடப்படுகிறது.

"உம் - தூக்கிக்கொண்டு ஓடு!"

அவன் பையைத் தூக்கிக்கொண்டு புறப்படுகிறான்.

"அடே ! நாய்க்குட்டி ! . . . பத்திரம் ! நூறு ஓலைகள் - ஐம்பது பொன்கள் ! இருட்டுவதற்குள் மாயனூர் போய்விடவேண்டும். இல்லாவிட்டால் வழியிலே எவனாவது திருடன் சுருட்டிவிடப் போகிறான். "

"சரி! உத்திரவுப்படி ஓடுகிறேன்'"

"உம்! ஓடு!. . . ஆமாம். . குதிரை தயாராகிவிட்டதா! . . . . ஏ. . . முத்தா!. . . முடிந்ததா வேலை?"

"முடிந்துவிட்டது ! குதிரை தயார்!" என்று கூறியபடி முத்தன் வருகிறான். முத்தன்தான் முதலில் குதிரை தேய்த்துக்கொண்டிருந்த வாலிபன். தேய்த்த களைப்பில் தெருத் திண்ணையிலேயே அமர்ந்து பெருமூச்சுவிடுகிறான். ஓலை நிரப்பிய பையை முதுகில் போட்டுக்கொண்டு, மணியோசை எழுப்புகின்ற வேல்கம்பை கையில் பிடித்தபடி

அந்த முரட்டு மனிதன் குதிரையில் ஏறி உட்காருகிறான். குதிரை பறக்கத் துவங்குகிறது. குதிரை யோடும் பக்கம் கண்களை செலுத்தியபடி யிருக்கிறான் முத்தன். ஊர் மக்கள் நாலைந்து பேர் அஞ்சல் மனையில் நுழைகிறார்கள். அவர்கள் முத்தனைப் பார்த்து,

"முத்தா! அஞ்சல் மனையார் இருக்கிறாரா?" என வினவுகிறார்கள்.

"அதோ உட்கார்ந்திருக்கிறாரே ! தெரியவில்லை" என்று உள்ளே கையைக் காட்டுகிறான் முத்தன்.

ஊர் மக்களில் ஒரு பெரியவர்,

"என்ன வேதாளம் ! எனக்கு ஏதாவது அஞ்சல் உண்டா?"

"அஞ்சல் ஒன்றுமில்லை - ஐந்து வராகன் கொண்ட ஒரு சிறு முடிச்சு வந்திருக்கிறது. "

"அப்படியா! மிகச் சந்தோஷம் " பெரியவர் அந்த முடிச்சைப் பெற்றுக்கொள்கிறார்.

"அதிர்ஷ்டம்தான் ! உம் வேதானத்துக்கு ஒன்றும் கிடையாதா?"

"உமக்கில்லாமலா! இந்தாரும்!"

பெரியவர் முடிச்சை அவிழ்த்து ஒரு பொன் நாணயத்தை எடுத்து வேதாளத்தின் கையில் கொடுக்கிறார். வேதாளத்தின் அகலமான வாய் ஒரு புன்னகையைக் கொட்டுகிறது.

மற்றவர்கட்கு வந்திருக்கும் ஓலைகளைக் கொடுத்து எல்லோரையும் அனுப்பிவிடுகிறான். பிறகு,

"அப்பாடா!" என்று பெரிய கொட்டாவி விட்டபடி தன் எதிரே கிடக்கும் சிறு, சிறு முடிச்சுகளை எடுத்து உற்றுப் பார்க்கிறான். அவன் உதடுகள் முணுமுணுக்கின்றன.

மாய்கைநாத ஸ்வாமிகள்!
மாய்கைநாத ஸ்வாமிகள்!
மாய்கைநாத ஸ்வாமிகள்!

ஆம். ஒவ்வொரு முடிச்சிலும் எழுதப்பட்டிருக்கிற பெயரைத்தான் அவன் அப்படிப் படிக்கிறான். அதைக் கவனித்த முத்தன், வேதாளத்தைப் பார்த்து,

முத்தன் : மாய்கைநாத ஸ்வாமிகளுக்கு சரியான வேட்டைதான் போலிருக்கிறது!

வேதாளம் : எல்லாம் பக்தர்கள் அனுப்பும் காணிக்கைகள் !

முத்தன் : காணிக்கையா ! ஆமாம் ஆமாம் ! உழைக்காமல் கிடைக்கிற ஊதியத்திற்கு அப்படியும் ஒரு பெயர் உண்டு.

வேதாளம் : ஆரம்பித்துவிடாதே முத்தா உன் அதிமேதாவித்தனமான பிரசங்கத்தை!

முத்தன் : நான் சாமியாரைச் சொன்னால் தங்களுக்கேன் கோபம் வருகிறது.

வேதாளம் : ஏ முத்தா! இது அஞ்சல் மனை ! பலரும் வருமிடம் போகுமிடம் ! நீ இப்படி உளறுவது எனக்கு ஆபத்து. இது மாதிரி எதுவும் வருமென்று தெரிந்து தான் உனக்கு என் வீட்டில் ஒரு அறையை வாடகைக்குத் தர அவ்வளவு தயங்கினேன்.

முத்தன் : சரி. . . சரி. . . வாயை மூடிக்கொண்டேன்.

வேதாளம் : ஏன், உட்கார்ந்திருக்கின்றாய்; அரண் மனைக்குப் போகவில்லையா குதிரை தேய்க்க?

முத்தன் : உம் - இதோ போகிறேன். ஏன் நான் உட்கார்ந்திருந்தால் இன்னும் ஏதாவது பேசிவிடுவேன் என்ற பயமா?

வேதாளம் : இல்லை ! ஊதியம் வாங்குகிற இடத்தில் ஒழுங்காக வேலை பார்க்க வேண்டாமா! - அதற்குச் சொன்னேன். நீ நல்லபிள்ளை - எப்படியாவது கெட்டுப்போ - எனக்கென்ன, நான் மடத்துக்குப் புறப்படுகிறேன். எனக்கு என் கடமை பெரியது ! சாமியாரை மட்டும் ஒன்றும் சொல்லாதே - அவர் உன் போல சத்திரத்துப் பேர்வழியல்ல. ஜகம் புகழும் மகான்.

பொன் முடிச்சுகளையும் - அஞ்சல் ஓலைகள் கொண்ட அடுக்கையும் எடுத்துக் கொண்டு வேதாளம் எழுகிறான்.

காட்சி - 2 : பழுதூர் மடாலயம்

தக தகவென மின்னிடும் பொன் மெருகேறிய பீடமொன்றில் மாய்கைநாத சாமியார் அமர்ந்திருக்கிறார். அவருக்கு அருகாமையிலுள்ள பச்சைப் பட்டு விரித்த ஆசனத்தில் பலதேவர் உட்கார்ந்திருக்கிறார். அவரது காதுகளில் வைரத்தாலான ஆபரணம் ஒளிவிடுகிறது. சுருண்டு பிடரிக்கும் கீழே தொங்கும் தலைமயிரும், காதுகளின் ஓரங்களிலே தூண்களென இறங்கியிருக்கும் ரோமக் கொத்துகளும், சிறிய மீசையும் கொண்ட தேவர் எப்பொழுதுமே சிந்தனையில் வாழ்ந்திருக்கும் தோற்றங் கொண்டவர். அவரது மேனியை ரோஜா நிறத்துச் சொக்காயும், அதன்மீது சிகப்பு வண்ணப் பீதாம்பரமும் - அலங்கரித்தபடி யிருக்கிறது. அதுதான் அவர் வழக்கமாக அணியும் - அவருக்குப் பிடித்தமான உடை போலும் ! பக்கத்திலே அவர் துணைவியாகும், மகன் சுகதேவனும் இருக்கிறார்கள். அவர்கட்குப் பின்னால் சிறிது பணிவுடன் அரண்மனைக் காவலாளி திருசங்கு நின்றுகொண்டிருக்கிறான். சாமியாரின் பீடத்திற்கு நேராக ஊர் மக்கள் குழுமியிருக்கிறார்கள். சாம்பிராணி - ஊதுவத்திகளின் நறுமணம், அந்த இடத்திலே பக்தி, பிரவாகமாகக் கரைபுரண்டோடுவதை விளக்கிக்கொண்டிருக்கிறது. சாமியாரின் திருவாயிலிருந்து எத்தகைய அமுத மொழிகள் உதிரப்போகின்றனவோ என்று அனைவரும் எதிர்பார்த்த வண்ணமுள்ளனர்.

அப்போது, ஒரு தாடிக்கார கிழவர் அங்கே நுழைகிறார். எல்லோரது கவனமும் கிழவரின் மீது பாய்கிறது. கிழவர் - பலதேவரைப் பார்த்து வணங்குகிறார்.

பலதேவர் *:* வாரும் பூபதி ! வாரும்! பல ஆண்டுகளாகி விட்டனவே உம்மைப் பார்த்து! தாடியெல்லாம் வெளுப்பேறியும் விட்டதே!

கிழவர் 'ஆமாம்' என்பதுபோல தலையையசைத்து அசட்டுப் புன்னகை காட்டுகிறார். அதற்குள் சாமியார். கிழவரைப் பார்த்தபடி - பலதேவரிடம்,

சாமியார் : தளிர் சருகாகத்தானே மாறும்! தாடி வெளுப்பாவதிலே என்ன ஆச்சரியம்.

பூபதி : ஒன்று சொன்னீர், அதுவும் ஒன்று சொன்னீர்! உண்மை - உள்ளங்கை நெல்லிக் கனி!

பலதேவர் : பூபதியாரே ! வெளிநாட்டுப் பயணங்கள் எப்படியிருந்தன? உமது மருத்துவத் தொழில் முன்னிலும் பன்மடங்கு சிறப்படைந் திருக்குமென்று எண்ணுகிறேன். அதற்கு உமது சுற்றுப் பயணம் பயன்பட்டதல்லவா?

பூபதி : நிச்சயமாகப் பயன்பட்டது ! இருபதாண்டுகள் இடைவிடாத அலைச்சல் வீண்போகவில்லை. மாயத் தாலும் - மந்திரத்தாலும் தீர்க்கமுடியாத பலவற்றை மருத்துவத்தால் தீர்க்கலாம் என்ற உண்மையை . . . .

கிழவர் வார்த்தையை முடிப்பதற்குள் சாமியார் குறுக்கிட்டு

சாமியார் : திருச்சிற்றம்பலம் ! தெய்வத்தால் ஆகா தொன்றில்லை!. . . அன்புக்குரியவர்களே . . . ஆரம்பிக்கலாம் நமது அருள் நெறித் திரு அற உபதேசத்தை என எண்ணுகிறேன் . . . .

பலதேவர் : காத்திருக்கின்றோம் ஸ்வாமி. . .

சாமியார் மகான்களைப் பற்றி நேற்று சொன்னேன். . . .

அல்லவா? மகான்கள் அடிக்கடி தோன்றுவதில்லை. தோன்றவும் முடியாது ! ஆனால் அப்படித் தோன்றும் மகான்களால் ஆகாதது எதுவுமேயில்லை ! கடலை வற்ற

வைப்பர் - ககனத்தில் மிதந்திடுவர் - கடவுளுடன் பேசுவர் - கரும்பிலே கசப்பு காட்டுவர் - காகத்தையும் கந்தர்வ கானம் எழுப்பச் செய்வர் - அத்தகைய அருட் சக்தி பெற்றவர்கள் அவர்கள்.

வீரர்கட்கும், விவேகிகட்கும் மண்ணிலேதான் புகழ்! ஆனால் மகான்கட்கோ விண்ணிலும் புகழ். ஆகவேதான் சொல்லுகிறேன், வாளையும் வேலையும் தொடாதே ! வைகுந்தவாசனைத் தொழு! கையினிலே கேடயம் ஏந்தாதே! கைலாச நாதனின் திருநீறை ஏந்து!

நீ யார் - நான் யார்? தாய், தந்தை, அண்ணன், தம்பி - எல்லாம் வீண் - முடிவில் ஒரு பிடி மண் !

மாயப் பிரபஞ்சம் - காயமெடுத்தோர்க்கோ ஆண்டவனிடம் செல்லவேண்டும் நெஞ்சம்!

சாமியாரின் நீண்ட பிரசங்கம் முடிவதற்குள்ளாகவே, அஞ்சல் மனை வேதாளம் உள்ளே நுழைகிறான். சாமியார் அவனைக் கண்டதும் பிரசங்கத்தை முடித்துவிடுகிறார்.

வேதாளம் : ப்ரபூ ! நமஸ்காரம்! ஸ்வாமி! நமஸ்தே! என்று முறையே பலதேவரையும், சாமியாரையும் வணங்குகிறான்.

பலதேவர் : எனக்கு ஏதாவது ஓலைகள் உண்டா, வேதாளம்!

வேதாளம் : உண்டு, அவைகளை அரண்மனையிலேயே கொடுத்துவிட்டேன். சாமிகளுக்கு காணிக்கை வந்திருக்கிறது நிறைய ! அதை எடுத்துவந்தேன்.

சாமியார் *: காணிக்கை! வாழ்க பக்தர்கள் ! எவ்வளவு வேதாளம்?*

வேதாளம் *: நூறு பொன் நாணயங்கள் வரையில்!*

சாமியார் *: சந்தோஷம், அதோ இருக்கிறது உண்டியல்!*

இதற்குள் - பலதேவரும் ஊர் மக்களும், பலதேவரின் மகன் சுகதேவும், அரண்மனைக் காவலன் திருசங்கும் மடாலயத்தை விட்டுப் புறப்படுகிறார்கள். வேதாளம், நூறு பொன் நாணயங்களையும், சாமியார் காட்டிய உண்டியலிலே போடுகிறான். அதை அலட்சியமாகப் பார்த்துக் கொண்டிருக்கும் மருத்துவக் கிழவனார் பூபதி - ஏளனமான சிரிப்புடன்

பூபதி *: ஸ்வாமிகள் பொன்னைத் தொடுவது கிடையாதோ!*

சாமியார் *: விஷம்!*

பூபதி *: அந்த விஷத்திலே வளர்வதுதானே இந்த விருக்ஷம்!*

என்று சிரித்தபடி சாமியார் பக்கம் சுட்டு விரலை நீட்டுகிறார் வேதாளம் வெளியேறிவிடு கிறான்.

சாமியார் *: பூபதி! உயிரை வாங்காதீர். . . போய்வாரும்.*

பூபதி *: சாமியாரே! ஹி ஹி ஹி ! ஊர் மக்களிடம் சொன்னீரே - மகான்களின் சக்தியைப் பற்றி ! அது மட்டும் உண்மையாயிருந்தால் என்னை சாகவே செய்துவிடுவீர் - இல்லையா?*

சாமியார் *: இருபது வருடமாய்த் தொலைந்திருந்தீரே, இப்போது ஏனய்யா வந்தீர்?*

பூபதி *: ஏன் வந்தேனா ? சொல்லுகிறேன். ஹிஹிஹி!. . . சாமியாரே! நீரும் இருபது வருஷமாகத்தானே அந்த ரகசியத்தை என்னிடம் மறைக்கிறீர். இரும்! இரும் கண்டுபிடிக்காமலா போகப் போகிறேன். ஹி ஹி ஹி !*

வயதான கிழவனுக்குரித்தான சோர்வுச் சிரிப்புடன் பூபதி அதைவிட்டு அகலுகிறார்.

சாமியார் *: [தனக்குள்] திருச்சிற்றம்பலம் - தெய்வமே துணை !*

காட்சி - 3 : பழுதூரின் தெரு

அரண்மனைக் காவலன் திருசங்கும், இளவரசன் சுகதேவும் போய்க் கொண்டிருக்கிறார்கள். வேதாளம் எதிரே வருகிறான்.

வேதாளம் : நமஸ்காரம் சுகதேவ்!

சுகதேவ் : உம் என்ன வேதாளம் சுகந்தானே !. . . ஏதாவது ஓலையுண்டா?. . .

வேதாளம் : உங்களுக்கொன்றுமில்லை. உம் - திருசங்கு ! உனக்கு ஒரு ஓலையிருக்கிறது: இந்தா பெற்றுக்கொள். நான் வருகிறேன்.

திருசங்குவிடம் ஓலையைக் கொடுத்துவிட்டு வேதாளம் போய்விடுகிறான். திருசங்கு ஓலையை படித்து முடித்து சொக்காயின் பையில் திணித்துக்கொண்டு சுகதேவுடன் நடக்கிறான்.

சுகதேவ் : என்ன திருசங்கு! யாரிடமிருந்து ஓலை?

திருசங்கு : ஆங் ! அவன் ஒரு வேலையற்றவன் பொழுது விடிந்தால் என் உயிரை வாங்குவதே அவனுக்கு வேலை.

சுகதேவ் : ஆகா! எவ்வளவு புரியும்படி சொல்லிவிட்டாய், புலவர்களைப்போல!

திருசங்கு : என்ன தம்பி சொல்வது ! எனக்கு ஒரு மருமகப் பயல் இருக்கிறான். அவனுக்கு பெண் வேண்டுமாம்.

சுகதேவ் : *ஏன், பிறப்பதெல்லாம் ஆணாகப் பிறக்கிறதோ மருமகன் என்றால் உமது மகளின் கணவன் தானே*

திருசங்கு : *இல்லை தம்பி இல்லை! கல்யாணத்துக்குப் பெண் வேண்டுமாம்.*

சுகதேவ் : *அதற்கென்ன?*

திருசங்கு : *மரம் பழுத்தால் வௌவால்களை வா என்றா அழைக்கும்!*

சுகதேவ் : *அதுபோல?*

திருசங்கு : *என் மகள் பருவமடைந்து விட்டாள், பயல்கள் வலை வீசுகிறார்கள். அதற்குத்தான் ஓலை எழுதியிருக்கிறான் இந்த உதவாக்கரை. என் மகளின் அழகென்ன - குணமென்ன, அத்தான் முறைக்காக மட்டும் அந்தப் பயல் உரிமை கொண்டாடி விட முடியுமா தம்பி!*

சுகதேவ் : *ஒகோ! அவ்வளவு அழகா உன் மகள்?*

திருசங்கு : *நீங்கள் பார்த்ததே இல்லையா?*

சுகதேவ் : *இல்லையே . . . உன் மகளின் பெயர் என்ன?*

திருசங்கு : *முத்தாயி! முத்தாயி என்றால் முத்தாயி தான் !*

சுகதேவ் : *உம் ! காக்கைக்கும் தன் குஞ்சு பொன் குஞ்சு!*

திருசங்கு : இல்லை தம்பி, இது காக்கை அடைகாத்த குயிலின் குஞ்சு!

சுகதேவ் : சரிதான் ! கறுப்பு நிறமாக்கும்.

திருசங்கு : நான் குரலைச் சொல்லுகிறேன் தம்பி, முத்தாயி ஒரு எலுமிச்சம்பழம்.

சுகதேவ் : புளிக்காதே!

திருசங்கு : என்ன தம்பி நீங்க - வயசானவனிடம் கிண்டல் பண்ணி உயிரை வாங்குறீங்க!

சுகதேவ் : திருசங்கு ! வாயேன் உன் வீட்டுக்குப் போகலாம்!

திருசங்கு : விளையாடாதிங்க ! அரண்மனைக் காவல்காரன் வீட்டுக்கு இளவரசர் வருவதாவது வேடிக்கை! வேடிக்கை!

சுகதேவ் : என்னிடத்திலே அந்த உயர்வு தாழ்வு இல்லையென்பது உனக்குத் தெரியாதாக்கும் ! நீ என் தந்தைக்குத் தான் வேலைக்காரன், எனக்கு ஒரு வயதான தோழன் ; சரிதானா?. . .

திருசங்கு : நான் பாக்கியசாலி !

சுகதேவ் : வா போவோம்.

காட்சி - 4 : திருசங்குவின் வீடு

அரண்மனை வேலைக்காரனுக்குரிய அந்தஸ்துடன் காணப்படுகிறது. வீட்டுக்குள்ளிருந்து இனிமையான கீதம் தென்றலுடன் கலந்து வருகிறது. அந்த கீதத்தில் பொதிந்து கிடக்கும் பொருள் தான் எவ்வளவு சுவையானது, அந்த இன்ப மழையைப் பொழிந்திடும் குரல் நிச்சயமாக ஆண் குரலாயிருக்க முடியாது. குளிர்ச்சி கொட்டும் பெண்ணின் குரல்தான். ஆம், முத்தாயி தரும் இசையின் பந்தான் அது. வீணை அதிர்வது போலும், குழல் ஒலிப்பது போலும் எழும்புகின்ற அமுதத்தொனி இளங் காற்றிலே அலையெழுப்பி பரிபூரணமான அமைதி நிறை சூழ்நிலையை உருவாக்கிய வண்ணமிருக்கிறது. பாடிக்கொண்டிருந்த முத்தாயி திடீரென பாட்டை நிறுத்துகிறாள். "அப்பா!" என அழைத்தபடி கதவண்டை ஓடுகிறாள். அதற்குள் முகம் நாணித் திரும்பி விடுகிறாள்.

திருசங்கு *: வெட்கப்படாதேயம்மா! யாருமில்லை இளவரசர் சுகதேவ் இவர்தான்.*

முத்தாயி (தலை குனிந்தபடி) வணக்கம்.

சுகதேவ் *: கைகள் குவிவதும், விரிவதும் கமல மலர் போல் காட்சியளிக்கிறது ! திருசங்கு நீ சொன்னது உண்மை தான்!*

அந்த வார்த்தைகளைக் கேட்டதும் முத்தாயிக்கு முகம் மாறுகிறது. கோபத்தால் சிவப்படைகிறது.

சுகதேவ் *: பாவம்; வெட்கத்தால் கன்னங்கள் சிவந்து விட்டன.*

முத்தாயி எதுவும் பேசாமல் அடுக்களைக்குள் போய்விடுகிறாள். சுகதேவ், திருசங்குவைப் பரிதாபமாக பார்க்கிறான்.

திருசங்கு : பார்த்த உடனேயே இப்படிப் பரிகாசம் செய்யலாமா தம்பி நீங்கள் !

சுகதேவ் : என்ன சொன்னேன் - என்ன சொன்னேன் எனக்குத் தெரியாமலே ஏதாவது சொல்லி வீட்டேனா?. . . திருசங்கு! நான் உன்னை ஒன்று கேட்கிறேன் மறுக்க மாட்டாயே!

திருசங்கு : நீங்கள் பாளையக்காரர் பலதேவரின் மகன். இளவரசர். நான் கேவலம் உங்கள் வேலைக்காரன். கேட்காமலே எடுத்துப் போகும் உரிமையிருக்கிறது உங்களுக்கு!

சுகதேவ் : ஆகா! கண்கள் சுழலுகின்றன, காது கேட்க மறுக்கிறது, நா அசைய மாட்டேன் என்கிறது. இருதயம் ஓடவில்லை!

திருசங்கு : தம்பீ!

சுகதேவ் : காதலென்னும் கள் மொந்தையில் ஒரு ஈ போல விழுந்து விட்டேன்.

திருசங்குவிற்கு ஆனந்தம் தாங்கவில்லை. தன் காரியம் கைகூடிவிட்டதென களிப்படைகிறான்.

திருசங்கு : தம்பி ! இன்று போய் நாளை வாருங்கள்! காரியம் வெற்றி!

சுகதேவ் : *வராமலிருப்பேனா? திருசங்கு வீடு ஒரு தாமரைத் தடாகம்! அங்கு பறந்து வரும் வண்டு இந்த சுகதேவ்!. . . போய் வருகிறேன் திருசங்கு!*

திருசங்கு : *சரி தம்பி !*

சுகதேவ் போய்விடுகிறான். திருசங்குவிற்கு முத்தாயியின் மீது ஆத்திரம் தாங்கவில்லை. இளவரசன் சுகதேவை அவள் அவமதித்து விட்டதாகவே கருதினான். ஆகவே சீற்றமுடன். . .

திருசங்கு : *முத்தாயி ! வா இங்கே !*

முத்தாயி : *என்னப்பா! போய்விட்டாரா அந்த மனிதர்?*

திருசங்கு : *மனிதரா?*

முத்தாயி : *மன்னிக்கவும், தவறிச் சொல்லிவிட்டேன்.*

திருசங்கு : *இளவரசர் வீட்டுக்கு வந்திருக்கிறார், இப்படித்தான் அவமானப்படுத்துவதா?*

முத்தாயி : *வேங்கை நாட்டு சிற்றரசன் - பாவம், இந்தப் பாளையக்காரர் குடும்பத்துக்கு இந்தப் பட்டப் பெயரையாவது மிச்சம் வைத்திருக்கிறானே. படைகளிழந்தனர் - பாராளும் உரிமை இழந்தனர். ஆனால் பாளையக்காரர் குடும்பத்தினர் பாவையரோடு பழகும் பண்பையும் இழந்தனர் என்பது இப்போது தான் தெரியும். மோசமான வாலிபன்!*

திருசங்கு : *யார் மோசம். அவனுக்கென்ன அழகிலே குறைவா? அந்தஸ்திலே குறைவா? அசட்டுப் பெண்ணே! அவனுடைய அறிவை நீ உணரமாட்டாய்.*

முத்தாயி : உணரமுடியாத அளவுக்கு ஊசி முனையை விடச் சிறியது போலும் - இல்லையா அப்பா!

திருசங்கு : போதும் நிறுத்து ! அவன் நினைத்தால் ஊர்வசி, ரம்பை எல்லாம் ஓடி வருவார்கள்!

முத்தாயி : இதிலென்ன ஆச்சரியம்! ஆஸ்ரமத்து முனிவர்களிடமே ஓடிவந்தவர்கள் - அரண்மனைக்காரர் அழைத்தால் அட்டியா சொல்லப்போகிறார்கள்! வருவார்களப்பா, வருவார்கள்!

திருசங்கு : வாயை மூடு ! வாயாடி!

கோபமாகப் பேசிவிட்டு திருசங்கு வெளியே போகிறான். முத்தாயி தன் தந்தைக்குச் சரியான பதில் கொடுத்தோம் என்ற மகிழ்ச்சியில் கூத்தாடுகிறாள். அந்தக் கூத்திலே பாட்டும் பிறக்கிறது.

"நான்தேடிய காதலன் முன்னே - காமனும் மூடிய முகமுடன் செல்வான் வாடிய பயிர்க்கு மழைபோலே நான் குடிய முல்லை மலர்போலே! இன்பம் தருவான்! - அந்த அன்பன் வருவான் ! தீதிலாத தேனமுதம்! அவன் வான்நிலவு! வருவான் ! காதல் வளம்தருவாள்!"

காட்சி - 5

பாளையக்காரர் அரண்மனையைச் சேர்ந்த ஒரு பகுதி. முத்தன் ஒரு கம்பீரமான குதிரையைப் பிடித்துக்கொண்டு நிற்கிறான். குதிரை சவாரி செய்யும் உடையுடன் சுகதேவ் பெருமிதமாக நடைபோட்டு, குதிரையிடம் நெருங்குகிறான். மாளிகையின் உச்சியிலே யிருந்தபடியே பாளையக்காரரும் அவரது துணைவியும் தங்கள் மைந்தனின் குதிரையேற்றத்தைக் காணக் காத்திருக்கிறார்கள். பலதேவருக்குப் பக்கத்திலே நாற்பது வயது மதிக்கதக்க ஒரு பெண்மணியும் நிற்கிறாள். பலதேவரின் முக ஜாடையும், அவரைப்போன்ற உயரமும் உள்ள அந்த மங்கை நிச்சயமாக அவருக்குச் சகோதரி யாகத்தான் இருக்கவேண்டும். நாற்பது வயது மதிப்பிடலா மென்றாலும் அவளது தேகம் கட்டுக் குலைந்து காணப்பட வில்லை. அவளின் முகத்திலே பூரிப்புத் தவழவில்லை. எதைப்பற்றியோ எண்ணங் கொண்டவள் போல நின்று கொண்டிருந்தான்.

குதிரையிடம் வந்துவிட்ட சுகதேவன். மாளிகையின் உச்சியை அண்ணாந்து பார்த்து,

சுகதேவ் : குதிரையிலே ஏறி அங்கே பாயட்டுமா?

அதைக்கேட்டதும் அந்த நாற்பதுவயது மங்கை அவனைப்பார்த்து - " வேண்டாம் வேண்டாம்! நீ முதலில் குதிரையைப் பிடி பார்க்கலாம்" என்று கிண்டல் செய்கிறாள். கோபங்கொண்ட சுகதேவன் "அத்தை ! என்னை அவ்வளவு மட்ட மாகவா நினைத்து விட்டாய் ! இதோ பார் - ராஜா தேசிங்கு போல. . . . . " என்று அவன் சொல்லி முடிப்பதற்குள், அவள் "பல்லைக்கடித்துப் பயனில்லை. . . பஞ்சகல்யாணியை அடக்கவேண்டும்" என்று கூறி

சிரிக்கிறான். அந்த சிரிப்பிலே குளிர்ச்சி இல்லை. சுகதேவன் குதிரையின் கழுத்தை தடவிக் கொடுக்கிறான். குதிரை கனைத்துக்கொண்டே ஒரு உதை கொடுக்கிறது. அந்த உதை பின்னால் நிற்கும் முத்தன் மீது விழுந்து அவன் கீழே விழுந்து எழுந்திருக்கிறான். அதைக் கண்ட சுகதேவின் அத்தை "அய்யய்யோ" என கத்திவிடுகிறாள். அதைக் கண்ட பலதேவர், "அந்த முட்டாளுக்கு வேண்டும். குதிரையின் பின்னே ஏன் நிற்கிறான் குருடன்?" என்று திட்டுகிறார்.

சுகதேவ் : டே முத்தா! விழுந்ததா நல்லஉதை. தள்ளிப் போடா!

என்று கூறியபடி குதிரையின்மீது பாய்ந்து ஏறுகிறான். குதிரை அவனைக் கீழே தள்ளிவிட காலைத் தூக்கிக்கொண்டு பயங்கர நடனமாடுகிறது . சுகதேவ், 'முத்தா ! முத்தா! ஓடிவாடா!' என்று அலறுகிறான். முத்தன் ஓடிவருவதற்குள், குதிரை சுகதேவை கீழே உருட்டிவிட்டு ஓடி விடுகிறது. திடுக்கிட்ட பலதேவரும் மற்றவர்களும் ஓடிவருகிறார்கள். அதற்குள் சுகதேவ் எழுந்துவிடுகிறான். குதிரையின்மீது செல்ல வேண்டிய கோபம், முத்தன்மீது திரும்புகிறது.

சுகதேவ் : சோம்பேறி முத்தா! சோறுதின்ன வில்லையா நீ!. . . குதிரை என்னை மிதித்திருந்தால் என்ன ஆவது?

சுகதேவின் தாய் : சுகா! காயம் ஒன்றுமில்லையே கண்ணா!

சுகதேவ் : இல்லையம்மா! இந்தக் குதிரை சரியில்லை.

அதற்குள் அவன் அத்தை குறுக்கிடுகிறாள், சிரிப்புடன்.

அத்தை: ஆமாம், அதனால்தான் இத்துடன் விட்டு விட்டது.

சுகதேவ் : அத்தை ! நீ பேசாமல் இரு ! இந்தத் தூங்கு மூஞ்சிக் கழுதை கடிவாளம் சரியாகப் போடாமல் . . . .

முத்தன் : சரியாகத்தான் போட்டேன்!

சுகதேவ் : எதிர்த்துப் பேசாதேடா எச்சில் இலை நாயே! உதை விழும் ஜாக்கிரதை !

அத்தை : ஏனப்பா சுகதேவ் ; நீ விழுந்து விட்டு அவன் மீது சீறுகிறாய்? முத்தா! நீ போ ! அரண்மனைக் குதிரையெல்லாம் அப்படித் தான் உதைக்கும். முத்தன் போய் விடுகிறான்.

சுகதேவ் : அத்தை எனக்கு கோபம் வரும்.

பலதேவர் : பூங்காவனம்! நீ ஏன் அந்த முத்தனுக்குப் பரிந்து இவ்வளவு பேசுகிறாய்?

பூங்காவனம் : அண்ணா ! உங்க மகனை முதலில் பொம்மைக் குதிரையில் ஏறி பழக்கப் படுத்திக் கொண்டு பிறகு குடைராட்டினக் குதிரையிலேறி சவாரி பண்ணிவிட்டு, அதன் பிறகு உண்மைக் குதிரையில் ஏறச்சொல்லுங்க.

சுகதேவ் : சரிங்க ! நீங்க முதலில் கல்யாணத்தைப் பண்ணிக் கொண்டு மாளிகையை விட்டுப் போங்க.

பலதேவர் : ஏ சுகதேவ்! போதும்.

பூங்காவனம் : மன்னித்து விடப்பா ! உன் கூட பேசினதே தப்பு.

சுகதேவ் : அத்தை! நீ பேசாவிட்டால் எனக்கென்ன நஷ்டம்! பெண்ணா பெற்று வைத்திருக்கிறாய் . . . . . உனக்குத்தான் கல்யாணமே . . .

பலதேவர் : சுகதேவ் ! சும்மா போகமாட்டாய்!. . .

சுகதேவ் : போகிறேன் - போகிறேன்!

பூங்காவனம் சோகம் ததும்பும் முகத்துடனே அந்த இடத்தைவிட்டு வேகமாகப் போய்விடுகிறாள்.

காட்சி - 6

அரண்மனை தாழ்வாரத்தின் பக்கமாக முத்தன் போய்க் கொண்டிருக்கிறான். பூங்காவனம் தன் அறைக்குப் போக அந்த வருகிறாள். முத்தன் போகிற காட்சியை இமை கொட்டாமல் நின்று பார்த்துக்கொண்டிருக் கிறாள். எங்கேயோ சிந்தனையை மேயவிட்டுக் கொண்டு போகிற முத்தனுக்கு தன்னை பூங்காவனம் விழுங்கிவிடுவது போல் பார்த்துக் கொண்டிருப்பது தெரியவில்லை. அவனது அங்க அசைவுகளை - நடையின் கம்பீரத்தை பூங்காவனம் ஏன் தான் அப்படி ரசிக்கிறாளோ புரியவில்லை. அவளையறியாமல் அவளது இதழ்கள் புன்னகையைத் தேக்குகின்றன. அதை முந்திக்கொண்டு அவளது கண்களில் நீர் அரும்பு கட்டிவிடுகிறது. அது ஆனந்தக் கண்ணீரா! அல்லது அந்த அழகே உருவெடுத்த வாலிபன் - அரண்மனையில் படும் கஷ்டங்களை நினைத்துப் பொங்கி வரும் சோகக் கண்ணீரா! முத்தன் போய்விடுகிறான் - பூங்காவனத்தின் கண்களை விட்டு மறைந்து விடுகிறான். ஆனால் அவள் இருதயத்தை விட்டு மறைந்ததாகத் தெரியவில்லை. சூடு நிறைந்த ஒரு பெருமூச்சு! பூங்காவனம் தன் அறையில் நுழைந்து விடுகிறாள். என்ன புதிர் இது ! பாளையக்காரரின் தங்கை! பழுதூர் இளைய ராணி ! அவள் குதிரைக்கார முத்தனைப் பார்த்து அப்படியொரு பெருமூச்சு விடுகிறாள். உம். . . எவ்வளவு ஆபத்து காத்திருக்கிறதோ அந்த முத்தனுக்கு!

காட்சி - 7

அரண்மனையின் முன்புறம் பல்லக்கு வடிவமுள்ள, குதிரை பூட்டிய ஆடம்பரமான வண்டியொன்று வந்து நிற்கிறது. அந்த வண்டிக்கு பாதுகாவலாக முன்புறத்திலும் பின்புறத்திலும் முறையே இரண்டு முரட்டு வீரர்கள் குதீரைகளில் அமர்ந்து கையினிலே வாள் தாங்கிய வண்ணம் வந்து கொண்டிருக்கிறார்கள். வண்டியிலிருந்து ஒரு கொழுப்பான மனிதன் இறங்குகிறான் அவனது மார்பில் வெள்ளியாலான வேங்கைச் சின்னம் பதிக்கப்பட்டிருக்கிறது. கருப்பு ஆடைக்கும் - அந்த வெள்ளிப் பதக்கத்திற்கும், உருண்டு திரண்டு உயர்ந்த அந்த சரீரத்திற்கும். யானை போல் அசையும் அந்த நடைக்கும் ஏதோ ஒரு மதிப்பு இருக்கத்தான் வேண்டும். ஆமாம். அவன் தான் வேங்கை நகர சிற்றரசனின் தளபதி வெற்றிவேலன். வெற்றிவேலன் இறங்கியதுதான் தாமதம் பாண்டு வாத்தியங்கள் முழங்கின. கையினிலே மாலைகள் ஏந்திய நடன மாதர்கள் எதிர் கொண்டழைக்க ஓடி வந்தனர் அபினயத்தின் மூலம்! பாளையக்காரரும், சுகதேவும் பணிவுடன் தலைகுனிந்து வணங்கியவண்ணம் எதிர்நின்றனர். வெற்றிவேலன் அவர்களுடன் அரண்மனைக்குள் பிரவேசித்தான். அலங்காரங்கள் நிறைந்த ஒரு கூடத்திலே தகுதியான ஆசனத்திலே வெற்றிவேலனை உட்காரச்செய்துவிட்டு தானும் அருகிலே பணிவுடன் அமர்ந்தார் பலதேவர்.

வெற்றிவேலன் : *என்ன பலதேவரே! நலந்தானே யாவரும்!*

பலதேவர் : *நலந்தான்! மன்னர் நலமெல்லாம் எப்படியோ!*

வெற்றிவேலன் : *நலமே! ஓலை அனுப்பியது கிடைத்த தல்லவா?*

பலதேவர் : *கிடைத்தது ! ஆனால் அதைக்கண்டு ஆச் சரிய மடைந்தேன்*

வெற்றிவேலன் : *ஏன்?*

பலதேவர் : *ஆயிரக் கணக்கிலே படைவீரர்கள் இருக்கும் போது - வீர தளபதி வெற்றிவேலர் நீங்கள் இருக்கும்போது - வேங்கை நகரத்து சிற்றரசர் யாருக்காக பயந்துகொண்டு படையை இன்னும் பெருக்குகிறார்?*

வெற்றிவேலன் : *படையைப் பெருக்குவது பலத்திற்காக அல்ல! பாதுகாப்புக்காக! பலதேவரே ! நூறே நூறு போர் வீரர்கள் தானாம். . . உமது தந்தையைத் தோற்கடித்து இந்தப் பழுதூரை கைப்பற்றியவர்கள் !*

பலதேவர் : *அதைத்தான் சொல்கிறேன் நானும். வேங்கை நகரத்து வீரர்கள் தொகையிலே அதிகம் தேவையில்லை. . . தோல்வி காணாத சூரர்கள் அவர்கள் ! -*

வெற்றிவேலன் : *என்ன இருந்தாலும் அரசர் விரும்புகிறார் - படையைப் பெருக்க வேண்டுமென்று! சிறுத்தையூறான் வேங்கை நகரின்மீது எப்போது பாயலாம் எந்தக் காரணம் கிடைக்கும்: களம் அமைக்கும் - என்று எதிர்பார்த்துக் கிடக்கிறான். அதனால் தான் படை பெருக்கும் முயற்சியில் சிறிதும் தடை கூடாது என நம் மன்னர் உத்திரவிட்டுள்ளார்!*

பலதேவர் : *என்னால் இயன்றது செய்யக் காத்துக் கிடக்கிறேன்.*

வெற்றிவேலன் : இந்த வட்டாரத்தில் ஒரு நூறுபேராவது படையில் சேர்ந்திடச் செய்ய வேண்டும்.

பலதேவர் : முயற்சிக்கிறேன்.

வெற்றிவேலன் : ஆனால் கட்டாயமாக யாரையும் சேர்க்க வேண்டாமென காவலன் கட்டளை!

பலதேவர் : ஆமாம் அப்படிச் சேர்ப்பது படையாகாது ! நமக்கு நாமே கட்டிக் கொள்ளும் பாடையாகி விடும்.

வெற்றிவேலன் : உண்மை ! உண்மை ! உமது ஊர் மக்களுக்கு வெங்கை புரத்துப் படையில் சேர்வது என்றால் வெறுப்பாயிருக்கும் ஏனெனில் அவர்களை அடிமையாக்கி வைத்திருக்கும் அரசனன்றோ எம்மவர் !

பலதேவர் : அதெல்லாம் ஒன்றுமில்லை. முதல் அடிமையாகிய நானே - முழந்தாளிட்டு அவரை வணங்கினேன். முழு மனதோடு அவர் வாழ - ஆண்டவனைப் பிரார்த்திக்கிறேன். தாங்கள் எதிர்பார்ப்பதுபோல படையில் பலர் சேர்வர் ! சந்தேகமேயில்லை.

வெற்றிவேலன் : சரி, நான் ; என் தங்குமிடத்திற்குச் செல்லவேண்டும்.

பலதேவர் : தங்களுக்காக தெற்கு ராஜ வீதியிலுள்ள தென்றல் மாளிகை ஏற்பாடு செய்யப்பட்டிருக் கிறது!.

வெற்றிவேலன் : சந்தோஷம் !. . . .

காட்சி - 8

ஆற்றங்கரையை யடுத்துள்ள சோலைப்புற மாக சுகதேவனும் - திருசங்கும் பேசிக்கொண்டே நடக்கிறார்கள்.

திருசங்கு : தம்பி - நீங்கள் வந்ததும் போதும் : அப்பப்பா! அதிலேயிருந்து முத்தாயிக்கு உங்கள் பேச்சேதான்!

சுகதேவ் : அப்படியா? என்ன சொல்லுது ! என்ன சொல்லுது !.

திருசங்கு : உங்கள் நடையிலே ஒரு வீரம் இருக்கிறதாம். கண் பார்வையிலே ஒரு கம்பீரம் இருக்கிறதாம். பேச்சிலே இனிமை இருக்கிறதாம் . கையிலே . . . என்னமோ இருக்கிறதுன்னு - சொல்லுச்சே . . .

சுகதேவ் : விரல்! விரல்!

திருசங்கு : இல்ல தம்பி, விரல் இல்ல. . . . . .

சுகதேவ் : நகம்! நகம் !!

திருசங்கு : அது இல்லை தம்பி - போங்க நீங்க! எனக் கென்ன இந்த எழவு காதல் வர்ணனையெல்லாமா தெரிகிறது!

சுகதேவ் : அப்படியானால் முத்தாயிக்கு என்மேல் காதல் !

திருசங்கு : கண்டதும் காதலென்று கதைகளில் படித்திருக்கிறேன். அதை இப்போதுதான் நேரில் பார்க்கிறேன்.

சுகதேவ் : *ஆகா ! உன்னைப்போல ஒரு அப்பனும் அந்த அப்பனுக்கு முத்தாயிபோல ஒருமகளும் இருந்தால்!. . . உலகம் வெகு விரைவில் காதல் சோலையாக மாறிவிடும் - முத்தாயி ! நீயும், நானும். . .*

.

சுகதேவ் மெய்மறந்து நின்றுவிடுகிறான். அதேசோலையில் வேறுபுறத்தில்,

வீணையும் நாதமும்!
விழியும் ஒளியும்!
வீரனும் வாளும்!

என்ற வார்த்தைகளை தன் பவள இதழ்களால் பொழிந்தவாறு - முத்தாயி, முத்தனின் மடியிலே படுத்திருக்கிறாள்.

முத்தன் : *அடுக்கிவிட்டாய் நீ ! ஆனால் என் நம்பிக்கை நாசமாகி விடுமென்று பயப்படுகிறேன்.*

முத்தாயி : *ஏன்?*

முத்தன் : *நீயாவது அரண்மனைக் காவலாளியின் மகள் ! நானோ தாயை இழந்தவன் - தந்தை யாரெனத் தெரியாதவன் - உற்றார் உறவினர் இல்லாதவன் - தனி மனிதன்.*

முத்தாயி : *நட்சத்திரங்கள் கூட்டமாய்த் தானிருக்கின்றன. நிலவு தனியாகத்தானிருக்கிறது. ஆனால் அல்லிமலர் எதிர்பார்ப்பது நிலவைத்தானே!*

முத்தன் : *என் அல்லி ! அரண்மனை குதிரை தேய்ப்பவன் நான்! அங்கே என்னை ஒரு நாயைப்போல் நடத்துகிறார்கள்.*

முத்தாயி : *அப்படிச் சொல்லாதீர்கள். அங்கே நாய்க்குக்கூட பட்டுமெத்தை - பாதாம்பருப்பு - பாதுகாக்க பணியாட்கள் - எல்லாவசதியும் உண்டு!*

முத்தன் : *பொழுதெல்லாம் குதிரைக் கொட்டடியிலே கிடக்கும் என்னை உன் அப்பா தினந்தோறும் பார்க்கிறார் - அவரா எனக்கு உன்னை அளிப்பார் ! கனவு! கனவு!*

முத்தாயி : *கனவையும் பலிக்கவைக்கிறேன். கண்ணாளா! கவலையை விடுங்கள்! எங்கே - என்னைப் பாருங்கள்! பார்க்கமாட்டீர்களா! என்முகம் உங்கள் கவலையைத் தீர்க்கும் மருந்தாக இல்லையா?*

முத்தன் - முத்தாயியை அன்புவழிய நோக்குகிறான். அவளை முத்தமிடுவதற்காக உதடுகளைக் குவிக்கிறான். அதற்குள் முத்தாயி எழுந்து விடுகிறாள்.

முத்தாயி : *உஸ் ! பறக்காதீர்கள் !*

முத்தன் : *வசந்தத்தின் ஸ்பரிசத்திலே வானம்பாடி பறக்காமலிருக்குமா?*

முத்தாயி : *பறப்பதற்கு - ஒரு இறக்கை போதாது!*

முத்தன் : *அதற்குத்தான் உன்னையும் அழைக்கிறேன்.*

முத்தன் அவளைத் தழுவிட முயலுகிறான். முத்தாயி விடுபட்டு அதை விட்டு ஓடுகிறாள். அவள் ஓடுகிறாள். அவன் துரத்துகிறான். இந்தக் காட்சியை சோலைப்பக்கமாக பேசிக்கொண்டு வந்த சுகதேவும், திருசங்கும் பார்த்துவிடுகிறார்கள்.

சுகதேவ் : *சரிதான் ! சரிதான் ! மாலை நன்னேரம் சோலையின் ஓரம்!*

திருசங்குவிற்கு என்னசெய்வதென்று புரியவில்லை. மகளுக்கேற்ற மணமகனைப் பிடித்து தயார் செய்து கொண்டிருக்கும்போது இப்படி ஒரு மாபெரும் இடிவிழுந்துவிட்டதே என யோசிக்கிறான். ஆனாலும் சமாளித்துக் கொள்கிறான்.

திருசங்கு : இளவரசே! நீங்கள் தவறாக நினைக்காதீர்கள். என் பெண்ணை பலாத்காரம் செய்ய ஆரப்பித்திருக்கிறான் - இந்தப் பயல் ஏ ! அறிவுகெட்ட பயலே ! என்ன காரியமடா செய்தாய். இந்நேரம் நாங்கள் வரவில்லையென்றால் என் குடும்பத்து மானத்தையே கெடுத்திருப்பாயே. என்னடா குட்டிச்சுவர் மாதிரி நிற்கிறாய்! பெண் என்றால் என்ன நினைத்தாய் ! சின்னஞ்சிறிய பெண் வெளியே வந்தால் இப்படியா நடந்துகொள்வது நாயே ! உன் கண்ணைக் குத்திப் பெயர்க்கிறேன் பார்!

முத்தாயி :*[திடுக்கிட்டு] அப்பா!*

திருசங்கு : நீ பயப்படாதேயம்மா! அவன் என்னை யொன்றும் செய்துவிட மாட்டான். சும்மா - பெண்களை மிரட்டுகிற சோம்பேறிப் பயல்!

முத்தாயி : *இல்லையப்பா!*

திருசங்கு : *எனக்குத்தான் எல்லாம் புரிகிறதே - நீ ஏன் இங்கெல்லாம் தனியாக வருகிறாய்? கடவுளே ! என் பெண் மானத்தைக் காப்பாற்றினாய்! உனக்கு கோடி நமஸ்காரம்.*

முத்தாயி : *சொல்வதைக் கேளுங் . . . . . .*

திருசங்கு ஒன்றும் சொல்ல வேண்டாம். நீ போ வீட்டுக்கு. . . இந்தப் பாவிக்கு நேராக நிற்காதே! போம்மா! போகிறாயா இல்லையா? உம்! போ! போ!

முத்தாயி எதுவும் சொல்லமுடியாமல் போய்விடுகிறாள். தன் தகப்பன் இளவரசன் சுகதேவனுக்கு நேராக தன்னை ஒரு கொய்யாக்கனி என்று நிரூபிக்க மிகவும் அக்கரையெடுத்துக் கொண்டிருக்கிறான் என்பதை எண்ணி மனதுக்குள் சிரித்தவாறு அவள் போய்விடுகிறாள்.

திருசங்கு : *இளவரசே ! பார்த்தீர்களா; இவன் அக்கிரமத்தை.*

சுகதேவ் : *(முத்தனிடம் பாய்ந்து அவன் முதுகில் தட்டியபடி) ஏ, முத்தா? முணுமுணுக்கிறதா முதுகு? அரைப்பட்டினி ! ஆண்டிப்பயலே! அனாதைக் கழுதை !)*

முத்தன் : *தீர்ந்ததா அகராதி?*

சுகதேவ் : *பேசாதே பேடி நாயே!*

முத்தன் : *இனிமேல் பேசுவதாக உத்தேசமில்லை.*

சுகதேவ் : என்னடா நிமிர்ந்து நிற்கிறாய் ! நெஞ்சு எலும்பை உடைத்துவிடுவேன்.

முத்தன் : உடைத்துப்பார்! அப்போதாவது எனக்கும் இருதயம் இருப்பது உனக்குத் தெரியட்டும்.

சுகதேவ் : ஏ. . . மரியாதையாகப் பேசு.

முத்தன் : மரியாதை - மண்ணாங்கட்டியல்லவா மழைக்குப் பயப்படவேண்டும்.

திருசங்கு : சரிதாண்டா ! அதிகப்பிரசங்கித்தனத்தாலே அயோக்கியத்தனத்தை மறைக்க முடியாது!

முத்தன் : எப்படி முடியும். அதற்குப் பாளையக்காரர் மகனாகப் பிறக்கவேண்டுமே!

சுகதேவ் : சீ! தகப்பன் பெயர் தெரியாத தருதலை!

முத்தன் : உனக்குத் தெரியுமா தகப்பன் பெயர். . .

ஆத்திரமடைந்த சுகதேவ், முத்தனின் கன்னத்தில் அறைந்து விடுகிறான். அவ்வளவுதான் - முத்தனின் கரங்கள் சுகதேவின் உடம்பில் விளையாட ஆரம்பிக்கின்றன. வேகமாக விழுந்த ஒரு அடியில் சுகதேவின் தலைப்பாகை பறந்துபோய் ஒரு கிளையில் தொத்திக்கொள்கிறது. அடி பொறுக்காத சுகதேவ், திருசங்குவின் கையிலுள்ள பெரிய வேல்கம்பை வாங்குகிறான். சரி முத்தன் தீர்ந்தான்" என்று திருசங்கு முடிவு கட்டுகிறான். வேல்கம்பை வாங்கிய சுகதேவ், மரக்கிளையிலே தொத்திக் கொண்டிருந்த தன் தலைப்பாகையை அந்தக் கம்பின் உதவியால் எடுத்து

தலையில் வைத்துக்கொண்டு வேகமாக அதைவிட்டுப் போய்விடுகிறான்.

காட்சி - 9 : தென்றல் மாளிகை

தளபதி வெற்றிவேலன் அநாயாசமாக சாய்ந்திருக்கிறான், ஒரு பீடத்திலே, எதிரே வேதாளம் உட்கார்ந்திருக்கிறான் மிகவும் மரியாதையுடன்.

வெற்றிவேலன் *: உம்மைப் பற்றி நான் நிரம்ப கேள்விப்பட்டேன். பலதேவரும் சொன்னார் : மிகவும் திறமைசாலி என்று! நான் வந்திருக்கிற காரியம் உமக்குத் தெரியும். அதற்கு உம்மால் உதவி செய்ய முடியுமா?*

வேதாளம் *: நானா ? சரிதான் ! வாளைத் தூக்கக்கூட எனக்கு சக்தியில்லை. . .*

வெற்றிவேலன் *: நீர் படையில் சேரவேண்டாமய்யா கொஞ்சம் ஆட்கள் பிடித்துக் கொடும். முயற்சி பண்ண வேண்டும். வேலையில்லாதவர்கள் எத்தனை பேர் இருப்பார்கள்.*

வேதாளம் *: படையில் சேருவதென்றால் பயப்படுவார்களே!*

வெற்றிவேலன் *: பலிபீடத்துக்கு வருவதற்கு ஆடுகூடத்தான் பயப்படும். அதற்காகத்தான் மஞ்சள் நீர் தெளித்து - மலர் தூவி - ஆகாரத்தையும் எதிரே நீட்டி ஆசை காட்டுவது!*

வேதாளம் *: சரியான பேச்சு ! தங்கள் உத்திரவுப்படியே வேலையை ஆரம்பிக்கிறேன். இன்னொரு விண்ணப்பம். இந்த ஊரில் ஒரு பெரிய சாமியார் இருக்கிறார், அவர் பேச்சை தெய்வப் பேச்சாக எல்லோரும் எண்ணுவார்கள். அவரிடம்*

சொல்லி படைக்கு ஆள் சேர்க்கும் பிரச்சாரம் செய்யச் சொன்னால் நமது வேலை சுலபமாக முடியும்.

வெற்றிவேலன் *: பொருள் எதுவும் தாவேண்டுமோ - அவர் அருளைப் பெற?*

வேதாளம் *: தரவேண்டியதில்லை, ஏனெனில் அவர் கையால் தொட்டு பொருளை வாங்கிடமாட்டர். மடாலயத்தில் ஒரு உண்டியல் இருக்கிறது. அதில் போட்டு விடவேண்டும்.*

வெற்றிவேலன் *: சபாஷ்! அப்படியே செய்து விடுவோம்.*

வேதாளம் உனக்கும் சொல்கிறேன் படைக்கு நீ ஒரு ஆளை சேர்த்துக் கொடுத்தால் உனக்கு ஐந்து பொன் ஊதியமாகத் தரப்படும் ! மொத்தமாக அல்ல ஒரு ஆளுக்கு ஐந்து பொன்!

வேதாளம் *: தங்கள் சித்தம் அதற்கென்ன இப்போது நான் அச்சாரமா கேட்கப் போகிறேன்.*

வெற்றிவேலன் *: ஏன் வாங்கிக் கொள்ளேன். போதே பத்து பொன் தருகிறேன்.*

ஏ - யாரங்கே? பேழையைத் திறந்து பத்து பொன் எடுத்துவா! வேதாளத்துக்கு ஆனந்தம் தாங்க முடியவில்லை.

காட்சி - 10

அரண்மனையில் - பாளையக்காரர் மாளிகை. நாய்க்குட்டியைத் தடவிக்கொடுத்தபடி பலதேவர் உட்கார்ந்திருக்கிறார். அவரது மனைவியும். பூங்காவனமும் சதுரங்கம் விளையாடிக்கொண்டு இருக்கிறார்கள். அதை பலதேவர் ரசித்துக் கொண்டிருக்கிறார். அப்போது அங்கே சுகதேவன் வேகமாக நுழைகிறான்

சுகதேவ் : அப்பா! உடனே நீங்கள் ஒரு உத்திரவு போடவேண்டும்.

பலதேவர் : உத்திரவா?. . . என்ன சுகதேவா?

சுகதேவ் : குதிரை தேய்க்கும் முத்தனை உடனே வேலையைவிட்டு நீக்கவேண்டும்.

பலதேவர் : காரணம் ?அவன் சாதுவான கழுதையாயிற்றே!

சுகதேவ் : நமது திருசங்கு இருக்கிறானே - அரண்மனைக் காவலன், அவன் மகளை கையைப்பிடித்து இழுத்தான். நான் அதைக் கண்டித்தேன்

பலதேவர் : சரி . . . உம்?. . .

சுகதேவ் : கன்னத்திலே . . .

பலதேவர் : ஆ. . . என்ன. . .

சுகதேவ் : *[சமாளித்து] நான் இரண்டு கொடுத்தேன். சரியான அடி!*

பூங்காவனம் : *தம்பி. சுகதேவ் ! குதிரையை அடித்தாய். அது உன்னைக் கீழே தள்ளியது. முத்தனை அடித்தாய் - அவன் சும்மாயிருக்கிறான். சும்மா இருக்கிறவனை வேலையை விட்டு விரட்டவேண்டும் - குதிரைக்குக் கொள் வைக்கவேண்டும். நல்ல நியாயமப்பா இது.*

சுகதேவ் : *அத்தை! நீயொன்றும் பேசவேண்டாம். நடந்த விஷயம் தெரியமுடியாது.*

சுகதேவின் தாய் : *ஆமாம். சுகதேவ் சொல்வது சரிதான். முத்தனை நம்பக்கூடாது. பெண்களிடம் தவறாக நடந்துகொள்கிறவன் மிகவும் கெட்டவன்.*

பலதேவர் : *சரி, சுகதேவ். உன் இஷ்டப்படியே முத்தனை அரண்மனையை விட்டு விரட்டிவிடு!. . .*

பூங்காவனம் : *பாவமண்ணா! தாய் தந்தையில்லாத அனாதை. நம்மை விட்டால் எங்கே போவான்.*

பலதேவர் : *பூங்காவனம் - நீ சொல்வது சரிதான். அவன் தாயார் காவேரியம்மா நமது அரண்மனை வேலைக்காரியாயிற்றே - அவள் சாகும்போது மகனைப் பார்த்துக்கொள்ளுங்கள் என்று சொல்லிவிட்டு செத்தாளே என்பதற்காகத்தான் அந்த முத்தனை இத்தனை நாள் பொறுத்தேன். அவன் நமது மடத்து சாமியாரைப் பற்றியும் - மற்றும் தெய்வீக விஷயங்கள் பற்றியும் தாறுமாறாகப் பேசிவருகிறான் என்று பல நாட்களாகக் கேள்விப்படுகிறேன். பூங்காவனம்! உனக்கும் சொல்கிறேன். நீ அவனிடத்தில் இப்படி அடிக்கடி அக்கரை காட்டுவது எனக்குப் பிடிக்கவில்லை. . . .*

சுகதேவ் *:* அப்படிச் சொல்லுங்க*!. . .* அத்தை உனக்குத்தான் உலகமே பிடிக்காது. கல்யாணமே வேண்டாமென்று கன்னிகையாயிருக்கிற நீ கடவுளை நினைத்துக் கொண்டு - ஜபமாலையை உருட்டுவாயா - இந்த வம்புக்கெல்லாம் ஏன் வருகிறாய்*?*

பூங்காவனம் *:* பார்த்தீர்களா அண்ணா உங்கள் மகன் பேசுவதை *!*

பலதேவர் *: சுகதேவ் ! சும்மாயிரு!*

பூங்காவனம் *:* நாம் இங்கு நிற்பதே தப்பு. கண்களில் கலக்கம், பூங்காவனம் அதைவிட்டுப் போய்விடுகிறாள்.

காட்சி - 11 : குதிரைக் கொட்டடி

முத்தன் குதிரைகளை ஒழுங்காக கட்டி தீனி வைத்துக்கொண்டிருக்கிறான். அந்தக் காட்சியை இரண்டு கண்கள் கனிவோடு பார்த்துக் கொண்டிருக்கின்றன. வேலையிலிடுபட்டிருந்த முத்தன் திடீரெனத் திரும்பவே அந்தக் கண்களை சந்தித்துவிடுகிறான். ஆம் - பூங்காவனம் தான் நின்றுகொண்டிருக்கிறாள் - முத்தனைப் பார்த்த படி.

முத்தன் *: இளைய ராணி ! என்னவேண்டும் தங்களுக்கு!*

பூங்காவனம் *: எதுவுமில்லை முத்தா!. . . உன்னைப் பார்த்துக்கொண்டே யிருக்கவேண்டும். முத்தன் திகைத்து நின்றுவிடுகிறான். அந்த சமயத்தில் அந்தப் பக்கமாக திருசங்கு வந்து கொண்டிருப்பதை பூங்காவனம் கவனித்துவிடுகிறாள். உடனே முத்தனிடம்.*

பூங்காவனம் *: முத்தா! வேலை முடிந்ததும் என் மாளிகைக்கு வந்துவிட்டுப் போ! மறந்துவிடாதே! அவசியம் வரவேண்டும்.*

என்று சொல்லிவிட்டுப் போய்விடுகிறாள். முத்தனுக்கு ஒன்றுமே தோன்றவில்லை. உலகமே சுற்றுவது போல் தெரிகிறது. வேலையிலேயே மனம் செல்லவில்லை. அப்படியே நின்ற இடத்திலேயே முழங்காலைக் கட்டிக்கொண்டு உட்கார்ந்துவிடுகிறான்.

"எதுவுமில்லை முத்தா! உன்னைப் பார்த்துக் கொண்டேயிருக்க வேண்டும்"

இந்த வார்த்தைகள் அவன் கண்களை முடவைத்துவிடுகின்றன. சிந்தனை சுழல்கிறது.

"என் மாளிகைக்கு வந்துவிட்டுப் போ! மறந்துவிடாதே - அவசியம் வரவேண்டும்"

அவனை, நினைவையே இழக்கச் செய்துவிட்டன இந்த வார்த்தைகள். எவ்வளவு நேரம் அப்படியே உட்கார்ந்திருந்தான் என்று அவனுக்கே தெரியாது. கடைசியாக குதிரையின் பின் கால்கள் தந்த ஒரு உதைக்குப் பிறகே அவன் சமாளித்துக்கொண்டு எழுந்து நின்றான்.

காட்சி - 12 : பூங்காவனத்தின் மாளிகை

அவளுக்கு ஒரு இடத்தில் உட்கார முடியவில்லை. அங்குமிங்கும் அலைந்து கொண்டேயிருந்தாள். நெஞ்சு படபடவென்று அடித்துக் கொண்டது. ஏதோ ஒரு பயங்கர உணர்ச்சியால் ஆட்கொள்ளப்பட்டவள் போலத் தோன்றினாள். அவளை யறியாமலே ஏதோ வாய்க்குள் முணுமுணுத்துக் கொண்டான். விளக்கு மங்கலாக எரிந்தது. அதைப் பிரகாசமாகத் தூண்டி விட்டாள். அந்த வெளிச்சத்திலே அவள் கண்களில் நீர் தேங்கியிருப்பது தெளிவாகத் தெரிந்தது. அவளது மாளிகை கச்சிதமாக அமைந்தது. அதிக ஆடம்பரமில்லாமலும் ஆனால் அலங்காரத்திற்குக் குறைவில்லாமலும் இருந்தது. தந்தத்தினால் ஆன நீண்ட உயரமான முக்காலிகள். அவைகளிலே பீங்கானால் செய்யப்பட்ட அழகான சிலைகள். இரண்டு புறாக்கள் ஜோடியாக அமர்ந்திருக்கும் அந்த மோகன நிலையை எவ்வளவு அழகாக வடித்தெடுத்திருக்கிறான் அந்த சிலையை வார்த்தவன். அதற்கடுத்தபடியாக தூரத்திலே நின்று துள்ளி விளையாடும் கன்றுக் குட்டியும் அதைத் தன் நாவினால் தடவிக் கொடுத்து அன்பு காட்ட முடியாமல் கயிற்றால் கட்டுண்டு தவிக்கும் பசுவும் ஆகா! எத்துணை அபூர்வமான கலைப் படைப்பு. சீன நாட்டுப் பீங்கான் பொம்மைகளின் சிங்காரமே சிங்காரம்! மான் தோலைப் போர்த்திக் கொண்டு ஒரு வேங்கை உட்கார்ந் திருக்கிறது. ஆனால் வேங்கையின் முழு உடலையும் மறைப்பதற்கு போதவில்லை. அப்படி ஒரு பொம்மை அந்த இடத்தை அலங்கரித்து. அந்த உயிர் நிறை சிலைகளையெல்லாம் பூங்காவனம் எத்தனையோ முறை பார்த்திருக்கிறாள். ஆனாலும் இப்போதும் அவைகளை அவள் பார்த் துக்கொண்டேயிருந்தாள். அவள் கண்கள் அடிக்கடி வாயிற் புறத்தை வட்டமிட்டுத் திரும்பியபடி யிருந்தன. காலடி யோசை கேட்கிறதா என்று கவனித்தபடி யிருந்தன காதுகள்!

"முத்தன் வருவானா ?" என்ற ஆவலை வெளியிட்டபடித் துடித்தது அவள் இருதயம். உட்கார்ந்தாள் - எழுந்தாள் - நின்றாள் - உலவினாள் - அயர்ந்தாள் மீண்டும் உட்கார்ந்தாள் - படுக்கையில் சாய்ந்தாள் வாயிற் கதவுப்பக்கம் ஓசை கேட்டது. திடுமென எழுந்தாள். ஆம். அவன் வந்து விட்டான். முத்தன் வந்தே விட்டான். பூங்காவனம் ஏதோ பேச முயன்றாள் - முடியவில்லை. முத்தனும் மரமானான். அரும்பிக் கொட்டியது. அவன் உடலிலே வியர்வை

பூங்காவனம் தன்னைக் கஷ்டப்பட்டு சமாளித்துக் கொண்டாள். பேசத் துவங்கிறாள்.

"வா - முத்தா - வா!"

"ஏன் கூப்பிட்டீர்கள்?"

"சொல்கிறேன் - அருகே வா"

"வேண்டாம் - இங்கே இருக்கிறேன்"

"என் கண்ணா ! என் அருகே வா!"

"பயப்படாதே"

முத்தனுக்கு நிற்க முடியவில்லை. பூங்காவனம் அவனிடம் முன்னோக்கி ஒரு அடி எடுத்துவைத்தாள். அவ்வளவுதான் - முத்தன் வெளியே ஓட ஆரம்பித்து விட்டான். "முத்தா! முத்தா!" என்று பூங்காவனம் அலறினாள். அவன் நிற்கவில்லை. பூங்காவனம் ஓடிப்போய் தன் படுக்கையில் விழுந்து விம்மியழ ஆரம்பித்து விட்டாள்.

பாவம்; அந்த சீனப் பீங்கான் சிலைகள் அப்படியே அசைவற்று நின்றுகொண்டிருந்தன

காதற் புறாக்கள் - கன்றை நாடும் பசு - மான்தோல் வேங்கை, மூன்று சிலைகளும், முத்தன் ஓடியதைப் பற்றியோ

இளையராணி பூங்காவனத்தின் இதயம் முகாரி ராகம் இசைப்பதைப் பற்றியோ கவலைப்படாமல் நிரந்தரமான கலை விருந்தை அளித்துக் கொண்டிருந்தன.

காட்சி - 13

"இளையராணி! என்றுமில்லாத இந்த அக்கிரமத்துக்கு எப்படித் துணிந்தாள்? கல்யாணமே தேவையில்லை யென்று கூறி கன்னிப்பெண்ணாக வாழக் கங்கணம் கட்டியவள் "கண்ணா வாராய்!" என்று என்னை அழைக்கிறாள்! வயதோ - நாற்பது ஆகப்போகிறது. இதுவரையிலே வைராக்கியத்தைக் காப்பாற்றியவள் "வா அருகே!" என்று ஒரு குதிரைக்காரனைக் கூப்பிடுகிறாள். இப்படிப்பட்டவள் திருமணம் வேண்டாமென்ற காரணம்தான் என்ன? கன்னியா? கள்ளியா? புரியாத புதிர்! கோமானின் தங்கை - குதிரைக்காரனிடம் கொஞ்சிடத் தாவுகிறாள். "ராஜா பர்த்ருஹரி" கதைதான் கேட்டிருக்கிறேன். இது அதைவிட வேடிக்கையாயிருக்கிறதே! சரி, சரி - இனி நமக்கு இந்த இடம் பொருத்தமில்லை. இங்கே இனியும் இருந்தால் - அடங்கிக்கிடந்து இப்போது அலைமோதும் அவள் ஆசை வெள்ளத்திலே எங்கேயோ ஒரு ஆபத்தான இடத்திற்கு அடித்துக்கொண்டு போகப்படுவான் இந்த முத்தன்! வயிறு வளர்க்க - வாழ்க்கையை நகர்த்த ஒரு இடம் இருந்தது ! அதையும் கெடுக்கும் ஆபத்து - அன்பு வடிவத்திலே வந்துவிட்டதே!

பூங்காவனம் - ஹ ஹ ஹ பூங்காவனத்திலே புயல் புகுந்துவிட்டது. அதன் எதிரே நிற்க நம்மால் முடியாதப்பா முடியாது! முத்தா முழுக்குப் போட்டுவிடு அரண்மனை வேலைக்கு !"

பூங்காவனத்திடமிருந்து ஓடிவந்த முத்தன் மனதிலே இதுபோன்ற குமுறலும் - கொந்தளிப்பும் எழுந்தது. அவன் அரண்மனை வாயிலைத் தாண்டவில்லை. அப்போது, சுகதேவின் குரல் எழுந்தது.

"ஏ முத்தா!"

"என்ன சங்கதி?"

"இனிமேல் நீ அரண்மனைக்குள் நுழையக்கூடாது""

"மிகவும் நன்றி"

"உனக்கு வேலையில்லை என்று நமது உத்திரவு"

"ஒரு ஏழை, தேவையென்று கேட்டதை இப்போது தான் முதன் முதலாகத் தருகிறது இந்த உப்பரிகை!"

"என்னடா தேவையென்று கேட்டாய்?"

"வேலையிலிருந்து விலக்கிவிடுக" என்று கேட்கலாமென்றிருந்தேன் கேட்காமலே - நினைத்ததைத் தருகிறீர்கள். "

"சரி போடா, வேலையில்லை யென்றதும் - பழம் புளிக்குமென்கிறான். "

"பாவம் - பழம் நழுவிப் பாலில் விழுந்ததும் - அதை வேண்டாமென்று இந்த முத்தன் வெறுத்துவிட்டு வந்ததும் உனக்கு எப்படித் தெரியும்? வருகிறேன், வணக்கம். "

காட்சி - 14 : திருசங்கு வீடு

திருசங்கு *:* என் மானம், மரியாதை, மதிப்பு எல்லாம் மண்ணாகப் போய்விடும் வெளியிலே தெரிந்தால்! முத்தாயி - நீ செய்த காரியத்தை யாரும் மன்னிக்க மாட்டார்கள்.

முத்தாயி *:* மன்னிக்க வேண்டாம் அப்பா - மனதார ஆமோதித்துவிடுங்கள்.

திருசங்கு *:* என்னையா? என்னையா ஆமோதிக்கச் சொல்கிறாய்! கண்ணைத் திறந்துகொண்டு கள்ளிக்காட்டிலே நடந்துபோவதை எந்த அறிவு கெட்டவனும் ஒப்புக் கொள்ளமாட்டான்.

முத்தாயி *:* கள்ளிக்காடல்ல அப்பா ! காதற் சோலை!

திருசங்கு *:* வாயை மூடு ! காதல் கீதல் எல்லாம் ஏட்டிலே இருக்க வேண்டிய எழுத்து! மடப் பெண்ணே, தரித்திர நாராயணனிடமா காதல்! பால் வேண்டுமென்று பாம்புப் புற்றிலே கைவிடுவார்களா யாராவது?

முத்தாயி *:* அப்பா ! என் சுகமே உங்கள் சுகம் - என் சந்தோஷமே - உங்கள் சந்தோஷம் என்பீர்களே நீங்களா இப்படியெல்லாம் பேசுகிறீர்கள். வாழ்வுக் கேற்றவனை தேர்ந்தெடுக்க எனக்கு உரிமை கிடையாதா?

திருசங்கு *:* உன் வாழ்வுக் கேற்றவனைத்தான் மாட மாளிகை கூட கோபுரத்தோடு தேர்ந்தெடுத்திருக்கிறேன். இரும்புப் பெட்டியே உன்னை நாடி வருகிறது ! நீ திருவோட்டைத் தேடி ஓடுகிறாய்!

முத்தாயி : அப்பா, சுதந்திரமாக வளர்ந்த என்னை பாளையக்காரரின் சொத்துக்களைப் பிடிக்கும் சூதாட்டக் காயாக ஆக்கிவிடாதீர்கள்.

திருசங்கு : போதும் முத்தாயி போதும் ! நீ அந்த அன்னக்காவடிக்கு மாலையிட என் உயிர் உள்ளவரை சம்மதிக்கமாட்டேன். நீ மறுத்தால் - என் பிரேத ஊர்வலம் போன பிறகுதான் உங்கள் கல்யாண ஊர்வலம் போகமுடியும். ஆமாம், ஞாபகம் வைத்துக்கொள்.

காட்சி - 15 : மடாலயம்

ஊர்மக்கள் கூடியிருக்கிறார்கள். தளபதி வெற்றிவேலன், மருத்துவர் பூபதி, வேதாளம், மற்றும் பலர் இருக்கிறார்கள். மாய்கைநாத ஸ்வாமிகளின் சொற்பொழிவு நடைபெறுகிறது.

சாமியார் : அன்பர்களே ! இதுவரை தளபதி வெற்றி வேலன் படையின் பயன்கள் பற்றி அரியதோர் உரை நிகழ்த்தினார் அவர் சொற்களிலே சுவையும் சூடும் நிறைந்து இறைந்து கிடந்தது. வேங்கை புரத்து அரசு காக்கும் வீரர் முகாமிலே வெற்றி தோளுடையோர் குவியவேண்டும் என அழைத்தார் வெற்றிவேலன். நானும் அதைத்தான் சொல்லப் போகிறேன்.

பகவான் பரந்தாமன். பார்த்திபனை பாரதப் போரில் கலந்துகொள்ளச் சொல்லியிருக்கிறார். போர் கூடாது - அது ஒரு வெறி - என்றெல்லாம் போதனை செய்கிறார்களே இன்று, அவர்கள் பகவத்கீதையைப் படிக்கட்டும். போரின் அவசியம் பற்றி அந்தப் புல்லாங்குழலூதி எவ்வளவு கூறியிருக்கிறார் என்பது புலனாகும். கூறியது மட்டுமா - அந்த தீனதயாளனே தேர்ச் சாரதியாகவும் அமர்ந்திருக்கிறார். சுப்பிரமணியக் கடவுள் யுத்தகளத்திலேதான் ரத்த வெறிகொண்ட ராக்ஷதர்களை கொன்று குவித்தார். பெண் மக்களும் போரில் ஈடுபட்டனர் புராண காலத்திலே! பாமா படைக்கோலம் பூண்டு நரகாசுரனைக் கொன்றிருக்கிறாள். ஆகவே தெய்வங்களுக்கும் உடன்பாடுடையதுதான் போர் புரிதல் என்னும் திருத்தொண்டு. சிவன் கை சூலமும் - சிவகுமாரனின் வேலும் - விஷ்ணுவின் சக்கரமும் - எதைக் குறிக்கின்றன - சமாதானத்தையா? சமரையா? ஆகவே அன்பர்களே! போர்வீரர்களாக மாறிடுங்கள்!

சண்டைக்குப் போவோர் அத்தனைபேரும் மாண்டுவிடுகிறார்கள் என்பதில்லை. விதி இருப்பவர் எங்கும் எப்படியும் மாள்வர். வாள் பிடிப்பதால் மட்டுமல்ல. வாழைப்பழத்தோல் சறுக்கி விழுந்து வாழ்வு முடிந்தோர் பலருண்டு.

அப்படியே இறந்திடினும் யுத்தத்தில் இறந்தால் வீரசொர்க்கம் விண்ணிலே காத்திருக்கிறது. வீரனுக்கு மண்ணில் மட்டுமல்ல - விண்ணிலும் புகழ் தான். வளைந்துபோன தோள்களிலே வாகைமாலை ஏந்துங்கள் - அதற்காகக் கைகளில் வாளேந்துங்கள்! வேலையில்லாதவர்க்கு வேலை. வாழ்வற்றவர்க்கு வாழ்வு. வீரமுள்ளவர்க்கு விருது. நாடுகாக்கும் நல்லவர்களே! இன்றே சேருங்கள்! ஆண்டவன் துணையிருப்பான்! திருச்சிற்றம்பலம். தெய்வமே துணையென திண்டோள் தட்டிக் கிளம்புங்கள்! திருச்சிற்றம்பலம் - அறநெறி வாழ்க!

***மக்கள்** : திருச்சிற்றம்பலம்.*

கூட்டத்தினர் கலைந்து போகிறார்கள். தளபதியும் சாமியாரும் தனியிடத்தில் சந்திக்கிறார்கள்.

***தளபதி** : மிகவும் நன்றி செலுத்துகிறேன்!*

***சாமியார்** : கடமையைச் செய்தேன்.*

***தளபதி :** தங்களைப் போன்ற மடாதிபர்கள் நாட்டுத் தொண்டாற்றக் கிளம்பிவிட்டால் இருண்ட உலகு வெளிச்சமடைந்துவிடும்.*

***சாமியார்** : முடிந்தவரையில் முயலுகிறேன்.*

தளபதி : பின்னர் சந்திக்கிறேன்! வருகிறேன்.

சாமியார் : திருச்சிற்றம்பலம் - அருள்நெறி வாழ்க!

சாமியார் தன் பீடத்தருகே வருகிறார். மருத்துவர் பூபதி மட்டும் அங்கேயே அமர்ந்திருக்கிறார். அவரைக் கண்ட சாமியார் திடுக்கிட்டு

சாமியார் : என்ன பூபதி! நீர் இன்னும் போகவில்லையா?

பூபதி : என்னையே நான் மறந்துவிட்டேன், சாமியாரே! உமது சொற்பொழிவில் உள்ளத்தையே தொலைத்து விட்டேன். ஆகா - என்ன பொருள் பொதிந்த வார்த்தைகள் - எத்தகைய போதையூட்டும் சொற்கள்.

சாமியார் : போமய்யா ! உயிரை வாங்காதீர்!

பூபதி : போகிறேன் ! ஹிஹிஹி ! " வாளையும் வேலையும் தொடாதே - வைகுந்த வாசனைத் தொழு ! கையிலே கேடயம் ஏந்தாதே - கைலாச நாதனின் திருநீரை ஏந்து!" அது எங்கே? இப்போது "வளைந்துபோன தோள்களிலே வாகைமாலை யேந்துங்கள். அதற்காகக் கைகளில் வாளேந்துங்கள் !! இது எங்கே? எல்லாம் மாயை! மாயாஜாலம்! இல்லையா சாமியாரே!

சாமியார் : பூபதி ! போதும். போய் வாரும்.

பூபதி : புகழ்கிறேன் சாமியாரே ! புகழ்கிறேன். ஆகா ஆண்டவனே! நீ எது எதற்குத்தான் பயன்படுகிறாய்! உலகத்திலே தோன்றும் மகான்கள் எல்லாம் உன்

அவதாரமென்கிறார்கள். பரமாத்மாவாக அவதரித்து பகவத்கீதையை உபதேசித்து அர்ச்சுனனைப் போர் புரியச் சொன்னாய்! பிறகு பகவான் புத்தராகவும் நீயே அவதரித்தாயாம் ! போர் புரிவது தீது என்று அசோகனுக்கு நல்வழி காட்டினாயாம்! நீயே முரண்படும்போது இந்த சாமியார் எம்மாத்திரம்! ஓ மறந்து விட்டேன். இவரும் மகான் ! உன் அவதாரம்தானே!

சாமியார் : பூபதி. . .

பூபதி : பொறும் சாமியாரே! போற்றி! போற்றி! எனப் பாடுகிறேன் - பொறுமையிழக்கிறீரே - ஏன்?

தளபதி கூறினாரே உம்மிடம்; அதையும் கேட்டேன். உம்போன்ற மகான்கள் ; நாட்டுத்தொண்டு செய்யவும் வேண்டும் என்றார்! வேண்டாமய்யா வேண்டாம். இந்த அடிமை நாட்டு மக்கள். பாவம் - நன்றாயிருக்கட்டும்! நேரடியாக உமது தேசத் தொண்டை அவர்கள் அனுபவிக்க வேண்டாம்! அருள்நெறி வாழ்வது உம்மோடு இருக்கட்டும்

சாமியார் : சாது மிரண்டால் காடு கொள்ளாது - பூபதி!

பூபதி : மிரள்வது சாது அல்ல ! சூது ! வாது! தீது! இவைகள் தான் மிரள்கின்றன.

சாமியார் : நமக்குள் என்னய்யா இப்படி வம்பு!

பூபதி : நமக்குள் என்ன - அந்த ரகசியத்தை சொல்லி விடுமே.

சாமியார் : பூபதி - உம்மைக் கும்பிடுகிறேன். போய் விடும்!

பூபதி : போகிறேன் - ஆனால் சாமியாரே ! நினைவிருக்கட்டும்; பொய் கொஞ்சம் கொஞ்சமாகப் போதாகி மலரும்! ஆனால் உண்மை திடீரென வெடித்துவிடும்! ஹ ஹ ஹ வருகிறேன்.

பூபதி போகிறார் - சாமியார் பெருமூச்சு விட்டு பீடத்தில் உடலைப் போடுகிறார்.

காட்சி - 16 : அஞ்சல் மனை

அஞ்சல் மனையின் அலுவலகம் பூட்டப்பட்டிருக்கிறது. அதன் திண்ணைப் புறமாக உள்ள அறையில் முத்தன் முழங்காலைக் கட்டிக்கொண்டு உட்கார்ந்திருக்கிறான். ஆயிரம் ஆயிரம் எண்ணங்கள் அவன் உள்ளத்தில் ஊடுறுவிப் பாய்ந்த வண்ணமிருக்கின்றன போலும்!

"அடிமைப் புழுதியிலே வீசியெறியப்பட்ட பழூதூர்! அந்தப் பழூதூருக்கு ஒரு பாளையக்காரன் - ஊரைக் கோட்டை விட்டவன். அந்த அடிமைத் தலைவனுக்கு சில அதிகாரம். அந்த அதிகாரத்திற்கு ஆணவ முத்திரை. உடலை ஓடாகத் தேய்த்து உழைத்திருக்கிறாள், என் அம்மா - அந்த அரண்மனைக்கு! அதற்கு ஒரு நன்றி - ஒரு விசுவாசம்! நன்றி காட்டாவிட்டாலும் - நன்மை செய்ய மனமில்லாவிட்டாலும் - நாச வேலைகளில் ஈடுபடாமலாவது இருக்கக் கூடாதா? அவர்களிடமும் வேலை கிடையாதாம் - அவர்களின் அதிகாரத்திற்குட்பட்ட இடங்களிலும் வேலை தரக்கூடாதாம். அந்த அரண்மனையிலே நான் ஒரு அடிமை! இல்லை - இப்போது அடிமையில்லை! ஆனால் வாழ வகையற்றுப் போனவன். உலகில் பிறந்தவர்கள் எல்லாம் பழூதூரில்தானா வாழுகிறார்கள். வேறு இடமே கிடையாதா - வயிறு வளர்க்க! வழிதேட! ஆனால் உலகை விடச் சிறப்புடைய என் முத்தாயி பழூதூரில்தானே வாழ்கிறாள் - அவளைவிட்டு நான் எங்கே போவேன்!" . . .

முத்தன் தனக்குள் பேசிக்கொண்டிருந் தான். "முத்தா!" என்று ஒரு குரல் கேட்கிறது. பார்க்கிறான் ; திருசங்கு எதிரே நிற்கிறான்.

திருசங்கு : பயப்படாதே முத்தா!

முத்தன் : பயமென்ன, அரண்மனையிலே ஏதாவது புதிய ஆணை பிறந்திருக்கும்.

திருசங்கு : அரண்மனைக்கும் நான் வந்ததற்கும் தொடர்பே இல்லை!

முத்தா! அன்றைக்கு சோலையில் நடந்த விஷயம் எனக்கு நன்றாகத் தெரியும். முத்தாயியைப் பற்றி சுகதேவன் தவறாக நினைக்கக் கூடாதே யென்றுதான் உன்மேல் மட்டும் பழியைப் போட்டேன். ஆண்களுக்கு சகஜம் - உலகம் ஒப்பிவிடும். பெண்கட்கு கெட்ட பெயர் வந்தால் அழியாது பார்!

முத்தன் : நீங்கள் எதுபற்றி பேச வந்திருக்கிறீர்கள்?

திருசங்கு : உனக்கும் என் மகளுக்கும் உண்மையான அன்பு இருப்பது எனக்குத் தெரியும்.

முத்தன் : இப்போதாவது தெரிந்ததே!

திருசங்கு : கேள் முத்தா ! நீதான் என் மானத்தைக் காப்பாற்ற வேண்டும். நான் சொல்வதற்கு நீ சரியென்று சொல்வாயா?

முத்தன் : என்ன சொல்கிறீர்கள்?

திருசங்கு : உன்னைத் தவிர வேறு யாரையும் மணக்க முடியாது என்று கூறிவிட்டாள் முத்தாயி.

முத்தன் : இதில் ஆச்சரியப்பட ஒன்றுமில்லையே!

திருசங்கு : நான் உன்னிடம் வந்திருப்பது . . . . .

முத்தன் : ஓரளவுக்குப் புரிகிறது.

திருசங்கு : கல்யாணம் செய்துகொள்ள நீங்கள் இருவரும் முடிவு செய்துவிட்டது எனக்குத் தெரியும்.

முத்தன் : இருந்தாலும் என் சம்மதத்தைக் கேட்கிறீர்கள்: ஒருமுறைக்கு.

திருசங்கு : முத்தா ! என் மகள் எப்படி வாழவேண்டுமென்று நான் ஆசைப்படுகிறேன் தெரியுமா?

முத்தன் : உங்கள் எண்ணம் போலவே எங்கள் வாழ்க்கை நடக்கும்.

திருசங்கு :நடக்காது முத்தா நடக்காது ! நடத்தமுடியாது உன்னால் - அதற்குத்தான் உன்னிடம் கெஞ்சிக் கேட்க வந்தேன் - ஏன் திகைக்கிறாய்! கேள் இதை ! இப்போது நினைத்தாலும் முத்தாயி பாளையக்காரர் அரண்மனையிலே - பளிங்கு மண்டபத்திலே - வாழ முடியும். ஆனால் நீ வீசிய வலையிலே விழுந்துவிட்டாள்.

முத்தன் : நான் வீசவுமில்லை, அவள் விழவுமில்லை நாங்களிருவருமே காதல் வலையில் சிக்கிவிட்ட புறாக்கள்!

திருசங்கு : அந்த வலையை அறுத்து என் மகளை விடுவிக்க வேண்டும். விடுவித்த பிறகு அவளைத் துரத்தும் வல்லூறாக நீ இருக்கக்கூடாது !

முத்தன் : துரத்தவேண்டிய தூரத்தில் அவள் இருக்க மாட்டாள்! முத்தாயி; என் தோளில் தொத்தும்.

என்னடா - மருமகப்பிள்ளை இப்படிக் கூச்ச மின்றிப் பேசுகிறான் மாமனாரிடம் என்று எண்ணு கிறீரா - மன்னிக்கவும்.

திருசங்கு : முத்தா ! வீணாகக் கெடுக்காதே. ஒரு குடும்பத்தை. நீ வாழ வகையற்றவன் - வாழமுடியாதவன். என்னை விட்டுத்தள்ளு. உன்னைப் போல ஒரு ஏழைக்குப் பெண் கொடுக்க எந்தப் பித்துப் பிடித்த தகப்பனாவது ஒப்புக்கொள்வானா? உன்னால் நடத்த முடியுமா, ஒரு குடும்பத்தை ? நீயும் மனிதனாயிற்றே - கல்யாணம் பண்ணிக்கொண்டு, மாமனார் வீட்டை எதிர்பார்த்துக் கிடக்க உனக்கு மானமில்லாமலா போய்விட்டது. முத்தாயி சின்னப் பெண் - உலகம் தெரியாதவள் காதல் பேசுகிறாள். இப்போது! கல்யாணமான பிறகு, காதல் கீதல் எல்லாம் கடையைக் கட்டிவிடும். காதுக்கு வைரத் தோடு. கழுத்துக்கு முத்துமாலை - இப்படி மாறிவிடும் பெண்களுடைய புத்தி! முடியுமா உன்னால் அவைகளை வாங்கித் தர என் பெண்ணுக்கு ! குடும்பம் இருக்கட்டும், திருமணத்திற்கு நிச்சயம் செய்ய ஒரு பொன் நாணயம் வைத்து புரோகிதருக்கு தக்ஷணை கொடுக்க வழியிருக்கிறதா உன்னிடம்.

முத்தா! ஆத்திரமாகப் பேசுகிறேன் என்று நினைக்காதே! இன்னொன்றையும் சொல்லிவீடுகிறேன். அரண்மனையிலே வேலை பார்த்தாய் - அதுவும் போய்விட்டது! அஞ்சல் மனைக்கு, குதிரை தேய்த்துக் கொடுத்து அதற்குக் கூலியாக இந்த உள்ளங்கை போன்ற அறையிலே வசிக்கிறாய் - அந்த வேலையும் நீ பார்க்க முடியாது; இனிமேல் ! அரண்மனை உத்திரவு தடுக்கிறது! இனி - வீட்டு நிழல்கள் - மரத்தின் நிழல்கள் - இவைதான் உனக்கு வாசஸ் தலம்! உன்

வறுமையைப் பரிகசிக்கின்றேன் என்று கவலைப்படாதே! கவலையோடு கவலையாக இன்னும் ஒன்றை சொல்லிவிடுகிறேன், நீ உணர்ந்து பார்ப் பதற்காக உனக்கு வயதாகியிருந்து உலகத்தோடு ஒட்டி ஒழுகும் பழக்கமிருந்து உனக்கு ஒரு மகளும் இருப்பதாக வைத்துக்கொள். அந்த மகளைத் தகப்பன் பெயர் தெரியாத ஒரு மணமகனுக்குத் திருமணம் செய்துகொடுப்பாயா?

நீ செய்வாயோ என்னமோ - என்னால் முடியுமா? என் வைதீக மனம் இடம் கொடுக்குமா? யோசித்துப் பார் ! - உன் அம்மா காவேரி என்று தெரியுமே தவிர அவள் உன்னை யாருக்குப் பெற்றாள் என்பது . . . . . .

முத்தன் : அய்யோ போதும்!. . .

திருசங்கு : காதைப் பொத்திக்கொண்டு பயனில்லை - கண்ணை அகலமாகத் திறந்தும் பயனில்லை. கருத்துக் கதவைத் திற ! கொஞ்சமாகத் திற போதும்! சீரும் சிறப்பும், சிங்கார மாளிகையும் அழைக்கிறது என் மகளை ! நீ அதை மறுக்கிறாயா? மறுக்கிறாயா முத்தா? மறுத்தால் அது அவள்மேல் உனக்குள்ள காதலுக்கு அடையாளமல்ல. அவளை சீரழிக்க வேண்டுமென்ற உன் கொடிய எண்ணத்துக்குத் தான் அடையாளம்! உன்னைக் கெஞ்சிக் கேட்கிறேன் - உன் காலில் வேண்டுமானாலும் விழுகிறேன். அவளை மறந்துவிடு. இல்லாவிட்டால் முத்தாயி, தன் தகப்பனை மறந்து விடவேண்டும். அப்படி மறந்துவிட்டால், மரக்கிளையிலே அனாதையாக, அந்தரத்திலே தொங்கும் இந்த திருசங்குவின் பிணம் உன்னை சபிக்கும் - பிணம் உன்னை சபிக்கும்!

முத்தன் : அய்யா ! என் உயிரை மறக்கச் சொல்கிறீர் - மறந்துவிடுகிறேன்.

திருசங்கு : *[மகிழ்ச்சி பொங்க] முத்தா!*

முத்தன் *:* போய்வாருங்கள்.

திருசங்கு பூரிப்புடன் அதைவிட்டுப் போகிறான். முத்தன் அந்தச் சிறிய அறைக்குள் நடக்க ஆரம்பித்தான். அந்த நடையை ஒரு சாலையிலே நடந்திருந்தால் எத்தனையோ காத தூரத்தைக் கடந்திருக்க முடியும்!

காட்சி - 17 : தென்றல் மாளிகை

வெற்றிவேலன் முன்னிலையில், படைக்கு ஆட்கள் சேர்க்கப்படுகிறார்கள். வேதாளமும் அங்கே இருக்கிறான். படையில் சேருபவர் பலர் வரிசையாக அமர்ந்திருக்கிறார்கள். ஒவ்வொருவராக சோதனை செய்யப்பட்டு படையில் பதிவு செய்யப் படுகிறார்கள். ஒரு வாலிபனின் தோளை தட்டியபடி.

வெற்றிவேலன் : திடமான தோள்கள் உனக்கு - நீ விரைவில் என்னைப்போல் ஆகிவிடலாம். உன் பெயர் என்ன சொன்னாய் : வீரப்பனா? சபாஷ்! -

இன்னொருவனைக் காட்டி;

வேதாளம் : இவன் நெஞ்சு மிகவும் உறுதியானது. உனக்குப் படையிலே ஊதியம் மாத்திரமல்ல: பரிசுகள், பதக்கங்கள் எல்லாம் ஏராளமாகக் கிடைக்கும்.

அவன் : சரிதான் ; அய்யா அஞ்சல்மனை வேலையை விட்டு விட்டு, ஆருடம் பார்த்தா நல்ல வரும்படி வரும்.

அவனை, வெற்றிவேலன் தட்டிக்கொடுத்து,

வெற்றிவேலன் : சபாஷ்! சாமர்த்தியமான பேச்சுக்காரன், சைன்யத்திலே சரியான புகழ் இருக்கிறது இவனுக்கு! இன்னொருவனைக் காட்டி. , அவன் தலையைத் தடவியபடி.

வேதாளம் : தம்பிக்கு நூறு அடி விழுந்தாலும் நொறுங் காது தலைக்கனம் அதிகம்!

அவன் : அப்ப, யுத்த மந்திரியாகக்கூட வரலாம்.

வெற்றிவேலன் : ஆமா ஆமாம் !. . . சரி ! இப்போது உங்களையெல்லாம் படையில் சேர்த்தாகிவிட்டது. நீங்களும் கையொப்பம் செய்துவிட்டீர்கள். சேர்ந்தவர்கள் யாராவது நாளைக்கு விலக வேண்டுமென்று நினைத்தால் நூறுபொன் தண்டம், செலுத்த வேண்டும்.

வீரப்பன் : நாங்க. எதற்கு விலகப் போகிறோம்.

வெற்றிவேலன் : சந்தோஷம், நீங்கள் எல்லாம் இப்போது போகலாம். விரைவில் வேங்கைபுரம் போக வேண்டியிருக்கும். தயாராயிருங்கள்.

எல்லோரும் தளபதியை வணங்கிவிட்டுப் போகிறார்கள். வெற்றி வேலன், வேதாளத்தை பார்த்து -

வெற்றிவேலன் : வேதாளம்! இன்று படையில் பத்து பேரை சேர்த்திருக்கிறீர். இல்லையா!

வேதாளம் : ஆமாம்.

வெற்றிவேலன் : இந்தாரும். [பொன் நாணயங்களைத் தருகிறான்)

வேதாளம் அதை மகிழ்ச்சியோடு வாங்கிக் கொண்டு,

வேதாளம் : பொன் இருக்கட்டும் பொன் உங்கள் பூரண தயவு இருந்தால் போதும்
. பிறகு. . . நான் வரட்டுமா.

வெற்றிவேலன் : சரி. போய்வாரும் - நன்றி!

தென்றல் மாளிகையின் வாயிற் புறத்திலே வெளியே வந்து கொண்டிருக்கும் வேதாளம், தனக்குள் ;

வேதாளம் : லட்சுமிதேவி வர ஆரம்பித்து விட்டாள் என்னிடம்! வேதாளம் - இந்தப் பாதையிலேயே வேகமாக முன்னேறு! பொருள் சம்பாதிக்க உலகத்திலே எவ்வளவோ பொருத்தமான வழிகள்!

இனிப்பானபேச்சு . . . அதிலே ஏமாறும் இளிச்ச வாயர்கள் . . . . இந்த இரண்டுக்குமிடையிலே என் போன்றவர்களுக்கு வாய்ப்பு!

காட்சி - 18 : முத்தனின் அறை

வேதாளம் : ஆமாம் முத்தா! இப்படி எத்தனை நாளைக்குத் தான் பட்டினி கிடப்பாய்?

முத்தன் : உணவு கிடைக்கும் வரையிலும்.

வேதாளம் : நான் சொல்வதைக் கேள். பாளையக்காரர் உனக்கு எங்கேயும் வேலை தரக் கூடாதென்று உத்திரவு போட்டுவிட்டார். நீயோ ஆள் வாட்ட சாட்டமாய் இருக்கிறாய். தேகத்திலே நல்ல வலிமை இருக்கிறது. . . . . .

முத்தன் : பாளையக்காரரை அடித்து நொறுக்கி விடலாம், இல்லையா?

வேதாளம் : பைத்யக்காரா ! நான் சொல்வதைக் கேட்டால் உனக்கு ஒரு கவலையும் இருக்காது.

முத்தன் : செத்துவிடலாம் என்கிறீரா?

வேதாளம் : இல்லையப்பா இல்லை .

முத்தன் : சாவு ஒன்றுதானய்யா; உலகத்தில் ஏழைகள் அழைத்ததும் ஓடிவரக்கூடியது.

வேதாளம் : முத்தா! பொருளுக்குப் பொருள். பதவிக்குப் பதவி, பார்க்கிறவன் பயப்படுவான். படையிலே சேர்ந்துவிடு.

முத்தன் : படையில்!??

வேதாளம் *: பயப்படாதே - நான் சேர்த்துவிடுகிறேன். சிற்றரசு விஷயத்தில் தலையிட பாளையக்காரருக்கு அதிகாரமில்லை. ஆகவே அவரால் தடுக்கவும் முடியாது. என்ன சொல்லுகிறாய்?. . . யோசி!*

[உள்ளே போகிறான்]

முத்தன் *: [தனக்குள்]*

படைவீரன்!. . .

ஆம், முத்தாயி! உன்னை மறக்க சரியான வழி!. சரியான வழி! என்னால் உன் தந்தை பிணமாக வேண்டியதில்லை ; நீயும் தரித்திர லட்சுமியாய் மாற வேண்டியதில்லை. முத்தாயி - நீ இளவரசன் சுகதேவின் மனைவி! நான் போர்வீரன் ! நான் உன்னைக் கெடுக்க வேண்டாம் !. . . நான் போர்வீரன் ! வேங்கை புரத்துப் படையிலே ஒருவீரன் ! பழுதூரை அடிமை யாக்கியிருக்கும் சிற்றரசன் சேனையிலே ஒருவீரன் நான்! - அவமானம்தான்! ஆனாலும் உன்னை மறக்க வேறுவழி ? இல்லை, இல்லவே இல்லை. ஆகையால் நான் போர்வீரன் ! போர்வீரன்!

காட்சி - 19 : தென்றல் மாளிகை

வெற்றிவேலன், வேதாளம் முன்னிலையில் முத்தன், படையில் பெயரைப் பதிவு செய்கிறான்.

வெற்றிவேலன் *: பெயர்?*

முத்தன் *: முத்தன்*

வெற்றிவேலன் *: தகப்பனார் பெயர்?*

முத்தன் பதில் சொல்ல முடியாமல் விழிக்கிறான்.

வேதாளம் *: அது ஒன்றும் தேவையில்லை.*

வெற்றிவேலன் *: ஓகோ ! . . . சரி தாயார் பெயராவது தெரியுமா?*

முத்தன் *: தாயார் காவேரி - இறந்துவிட்டார்கள்.*

வெற்றிவேலன் *: சரி - கையொப்பமிடு*

ஓலையொன்றில் முத்தன் கையொப்பமிடுகிறான். அப்போது தன் காதலியின் நினைவில், 'முத்'என்று எழுதிய பிறகு, "தாயி"என்று எழுதி - முத்தாயி' என்று எழுதிவிடுகிறான். பிறகு திருத்தி, முத்தன் என்று எழுதுகிறான்.

வெற்றிவேலன் *: உம் - பயப்படாமல் போடு!*

காட்சி - 20 : ஆற்றங்கரையின் சோலையோரம்

முத்தாயியும், அவளது தோழி சுமதியும் தண்ணீர்க் குடத்துடன் நடந்து கொண்டிருக்கிறார்கள். முத்தாயியின் கையில் ஒரு பொட்டலம் இருக்கிறது.

சுமதி : பாவம், இரண்டு மூன்று நாட்களாகக் காதலனைக் காணாமல் கண்கள் பூத்தே போயிருக்கும். இல்லையா முத்தாயி!

முத்தாயி : சுமதி, போதும் - ஆரம்பித்துவிடாதே

சுமதி : ஏன். சொல்லச் சொல்ல மிகவும் வேதனையா யிருக்கிறதோ.

முத்தாயி : அது எத்தகைய வேதனை என்பதை நீ அனுபவித்துப் பார்த்தால்தான் தெரியும்.

சுமதி : ஆண்டவனே! இந்தமாதிரி அனுபவங்கள் எனக்கு வரவேண்டாம்.

முத்தாயி : ஆண்டவனுக்கே வந்திருக்கிறதடி!

சுமதி : என்ன சொன்னாய்!!

முத்தாயி : கதைகளில்!

சுமதி : அதுதானே பார்த்தேன் - கஷ்டம் வந்தவுடன் கடவுளை நினைத்துவிட்டாயோ என்று! காதலனுக் கேற்ற காதலியல்லவா நீ !

முத்தாயி : சுமதி ! சுமதி ! அவர் அதோ வருகிறார் - நீ ஓடிவிடு!

சுமதி : வரட்டுமே - எனக்கொன்றும் வெட்கமில்லை.

முத்தாயி : எங்களுக்கிருக்குமடி - போய்விடடி!

சுமதி : சரி போகிறேன் முத்தாயி ! நான் குளித்து முடிவதற்குள் வந்துவிடுவாயல்லவா?

முத்தாயி : வரும் வரையில் குளித்துக் கொண்டிரேன் வெல்லத்தாலா செய்திருக்கிறது உன் உடம்பு - தண்ணீரில் கரைந்துவிட!

சுமதி : என் உடம்பு வெல்லமில்லை - இப்போது வந்து வர்ணிப்பார் கற்கண்டே, தேனே, காய்ச்சிய பாகே ! என்றெல்லாம் - அப்போது எண்ணிப்பார் - யாருடைய உடம்பு வெல்லத்தின் வார்ப்படம் என்று!

முத்தாயி : வாயாடி ! சுமதி நான் உன்னை கிண்டல் செய்ய ஆரம்பித்தேன் என்றால் . . . . . .

சுமதி : விழலுக்கு நீர் இறைக்காதே முத்தாயி !. அதோ வருகிறார் - பேசு. . . பேசு. . . பேசிக்கொண்டேயிரு !. . . ஆனால் நான் மாத்திரம் ஆற்றோடு போய்விட்டேன் என்று எண்ணிவிடாதே. சீக்கிரம் வா !

சுமதி, சிரித்துக்கொண்டே ஆற்றுக்குப் போய்விடுகிறாள்.

முத்தாயி, முத்தனுக்கு நேராகப் போகாமல் ஒரு மலர்ச் செடிப் பக்கம் மறைந்து ஒரு மலரை எடுத்து அவன் மீது விசுகிறாள். அவன் அதைப் பிடித்து, கசக்கி எறிந்தபடி வருத்தமுடன் உட்காருகிறான். முத்தாயி அவனிடம் சென்று,

முத்தாயி : ஏன் வருத்தமாயிருக்கிறீர்கள்? . . . இரண்டு நாட்களாக வரவில்லையே; நான் கோபித்துக்கொள்வேன் என்று முந்திக்கொள்கிறீர்களா?

முத்தன் : ஒன்றுமில்லை முத்தாயி. . . .

முத்தாயி : பிறகென்ன கவலை . . இதைச் சாப்பிடுங்கள். *கையிலுள்ள பொட்டலத்தை அவிழ்த்து, தின்பண்டங்களை நீட்டுகிறாள்.*

முத்தன் : எனக்கு ஒன்றும் வேண்டாம்.

முத்தாயி : உடம்புக்கென்ன? வேலை போய்விட்ட தென்று கவலையா? போனால் போகிறதே ; இனிமேல் நாம் அடிக்கடி சந்திக்கலாம் அல்லவா!

முத்தன் : சந்திக்க முடியாது.

முத்தாயி : ஏன் அன்று நடந்தது போல் நடக்குமென்ற பயமா? அதற்கெல்லாம் துணிந்து விட்டேன்.

முத்தன் : தோல்வியை ஒப்புக் கொள்கிறேன். உன் தந்தையை என்னால் எதிர்க்க முடியாது.

முத்தாயி : அரண்மனையில் அலுவல் பார்க்கிறார் என்பதாலா?

முத்தன் : இல்லை. அவர், குயில் கூவ வேண்டிய இடம், குளிர்மலர்ச் சோலை யென்கிறார்! நான் 'இல்லை. குட்டிச் சுவற்றில்" என்று கூற முடியுமா?

முத்தாயி : நம்ப முடியாது. அவர் உங்களை குளிர்மலர்ச் சோலையென்று கூறியிருக்கமாட்டார்.

முத்தன் : என்னைச் சொல்ல அவருக்கென்ன பைத்தியமா? எனக்கே தெரியுமே - நான் சோலைவன மல்ல; பாலைவன மென்று!

முத்தாயி : நீங்கள் பாலைவன மானால் நான் அதிலே வளரும் பேரிச்சை மரம்.

முத்தன் : முத்தாயி ! பாலைவனத்திலே ஒட்டகம் கூட ஆகாரத்தை சேமித்துக் கொண்டுதான் பயணம் போகுமாம். நானோ, வாழ்க்கைப் பயணத்தை தொடங்குவதற்கே வகையற்றவன். வழி தெரியாதவன்.

முத்தாயி : வழி, தானே உண்டாவதில்லை.

முத்தன் : நானே கண்டுபிடித்து விட்டேன்.

முத்தாயி : என்ன கண்ணா?

முத்தன் : ஆமாம். ஒருவழி கண்டுபிடித்து விட்டேன் - ஒருவழி கண்டுபிடித்து விட்டேன்.

முத்தாயி : என்ன இது?. . . என்ன சொல்கிறீர்கள்?

முத்தன் : உன்னை மறந்துவிட முடிவு கட்டிவிட்டேன்.

முத்தாயி : விளையாடுகிறீர்களா?

முத்தன் : இல்லை, நிலைமை என் வாழ்க்கையோடு விளையாடிவிட்டது. நான் படையிலே போர்வீரனாகச் சேர்ந்துவிட்டேன்.

முத்தாயி : ஆ!

முத்தன் : வேங்கைபுரத்து வீரர்களில் ஒருவன் நான்! இன்றோ நாளையோ, வேங்கைபுரம் நான் வாழுமிடமாகிவிடும்.

முத்தாயி : யாரைக் கேட்டுக்கொண்டு, படையில் சேர்ந்தீர்கள்?

முத்தன் : நான் யாரைக் கேட்பது. ஏழை முத்தனைக் கேட்டேன். முத்தாயி, மாளிகை ராணியாக வேண்டியவள். அவள் எண்ணத்தை விட்டுவிடு என்றான். காதல் முத்தனோ கண்ணீர் விட்டான். கரகரத்த குரலிலே, கம்மிய தொனியிலே, ஏழை முத்தன், கட்டளையிட்டான், முத்தாயியை மறந்துவிடு என்று! மறந்துவிட்டேன் - என் சிங்காரியை மறந்துவிட்டேன். என் சிந்தையில் குடியேறிய செல்வத்தை மறந்துவிட்டேன். மறந்துவிட்டேன்.

முத்தாயி : மறப்பீர்கள். ஏன் மறக்கமாட்டீர்கள்! மனம் சூன்யமாகப் போய்விட்டால், உணர்ச்சியற்ற மரக்கட்டையாக மாறிவிட்டால் மறப்பீர்கள். மறக்கிறேன் என்று சொல்லாதீர்கள் - மனதார நம்பியவளை மலை உச்சியிலிருந்து

தன்ளிவிடுகிறேன் என்று சொல்லுங்கள். நீங்கள் மறக்கும்படியாக நான் என்ன குற்றம் செய்துவிட்டேன் - பேராசைக்கார தகப்பனுக்குப் பெண்ணாகப் பிறந்ததைத் தவிர! காதல் என்றால் என்ன, கண்டவர் உருவத்தையும் பிரதிபலிக்கும் கண்ணாடியா காதல்? கலைத்து எழுதும் சித்திரமா? அழியாத ஓவியம் - அசையாத இமயம் - காதல் என்று எண்ணியிருந்தேனே. அது பைத்தியக்காரத்தனந்தானா? நிலையில்லா செல்வத்திலே நீந்தி விளையாடு என்று எனக்கு நீதி போதிக்கிறீர்களே. சந்தைப் பொருளென என்னை எண்ணி விட்ட தந்தைக்கும் உங்களுக்கும் என்னதான் வித்தியாசம்? ஏன் சிலையாக நின்றுவிட்டீர்கள்?

முத்தன் : முத்தாயி!

முத்தாயி : காதலன் மறந்துவிட்டான் - காதலி வேறிடம் பறந்துவிட்டால் என்று என் சரித்திரம் முடியாது துரையே! அவள் வாழ்வைத் துறந்துவிட்டாள் - என்றுதான் முடியும் - சம்மதம்தானா? அப்படியானால் இந்த ஆடும் மரக்கிளையில், அதோ ஓடும் வெள்ளத்தில் - இரண்டில் ஒன்றில் என் பிணத்தைப் பார்க்க தயாராகிக்கொள்ளுங்கள்.

முத்தன் : முத்தாயி - என்னை மன்னித்துவிடு.

முத்தாயி : மறதியை மறந்தும் நினைக்கமாட்டீர்களே.

முத்தன் : படைத் தளபதியிடம் பெயரைப் பதிவுசெய்து விட்டேனே.

முத்தாயி : செய்தால் என்ன, விலகிக்கொள்வது பெரிய விஷயமா?

முத்தன் : விலகிக்கொள்ளலாம். ஆனால். .

முத்தாயி : என்ள மறுபடியும் ஆனால்? வீரர்க்கு அழகில்லை யென்று இலக்கணம் கூறுகிறீர்களா? நான் சொல்கிறேன் என்று கோபிக்காதீர்கள் ! மன்னித்து விடுங்கள் என்னை. நீங்கள் சேர்ந்திருப்பது படையே அல்ல! நாட்டை அடிமையாக்கியிருப்பவனின் கோட்டைக் காவலர்களில் ஒருவனாக நீங்கள் போகிறீர்கள்.

முத்தன் : உண்மைதான். ஆனால் நான் சொல்லவந்தது. . .

முத்தாயி : என்ன?

முத்தன் : படையில் சேர்ந்து விலகினால் அதற்குத் தண்டம், நூறு பொன் தரவேண்டுமாம். இல்லையேல் விடுவிக்க மாட்டார்கள்.

முத்தாயி : நூறு பொன்! சரி - நான் தருகிறேன்.

முத்தன் : நீயா?

முத்தாயி : ஆமாம். என் திருமணத்திற்காக, அப்பா சேர்த்துவைத்து, யாருக்கும் தெரியாமல் பூட்டி வைத்திருக்கிறார். இதற்கில்லாமல் அது வேறு எதற்காக? நாளை காலையில் அனுப்பினால் போதுமல்லவா.

முத்தன் : போதும் யாரிடம் அனுப்புவாய்.

முத்தாயி : என் தோழி சுமதியின் மூலமாக அனுப்புகிறேன்.

முத்தன் : நானில்லாவிட்டாலும், அஞ்சல் மனை, வேதாளத்திடம் கொடுத்துவிடச் சொல் !

முத்தாயி : சரி, அது போகட்டும். சாப்பிடுங்கள்.
என்று தின்பண்டங்களை அவன் வாயில் திணிக்கிறாள். அப்போது சுமதியின் பலத்த குரல்

"முத்தாயி! ஆயிரம் தடவை குளித்துவிட்டேன். ஆற்றிலே தண்ணீரும் அற்றுவிட்டது. ஓடிவா சீக்கிரம்!"

"இதோ வந்துவிட்டேன்"

அவசர அவசரமாக முத்தன் வாயிலே தின்பண்டங்களை வைத்து அமுக்கி, அவனைத் திணற அடித்து விட்டு முத்தாயி - குடத்தை எடுத்துக் கொண்டு ஆற்றுப் பக்கம் ஓடுகிறாள். ஓடும் போதே :

"நாளை, பொன்னுடன் சுமதியை அனுப்புகிறேன். விலக மறந்து விடாதீர்கள்

முத்தன் வாய் நிறைய உணவு இருப்பதால். பதில் சொல்ல முடியாமல் தலையை ஆட்டுகிறான். முத்தாயி அவனைத் திரும்பித் திரும்பிப் பார்த்துக் கொண்டே போய், சுமதியின் மீது முட்டிக் கொள்கிறாள். சுமதி இன்னும் ஆற்றிலே இறங்கவே இல்லை!

இருவரும் மகிழச்சி பொங்கிட ஆற்றில் நீராடத் துவங்குகிறார்கள்.

காட்சி - 21 : தென்றல் மாளிகை

வெற்றிவேலனும். வேதாளமும் பேசிக்கொண்டிருக்கிறார்கள்.

வேதாளம் : *நீங்கள் சந்தேகப்பட்டது மிகவும் சரிதான்! என்ன இருந்தாலும் ஒரு நாட்டுத் தளபதி அல்லவா? அவன் கையொப்பமிடும்போது 'முத்தாயி' என்று தவறு எழுதினான் என்றீர்களே, அது தவறுதல் அல்ல - அப்படி ஒரு தையல் இருப்பது உண்மை.*

வெற்றிவேலன் : *பார்த்தீரா? எனக்குத் தெரியும் அப்போதே! முத்தாயி என்பவளைப் பற்றி இன்னும் ஏதாவது விபரம் உணடா? ஏன் வேதாளம் - இரு வருக்கும் ஏதாவது தொடர்பு இருக்குமல்லவா?*

வேதாளம் : *இருக்கலாம். அவள் அரண்மனைக் காப்பாளர் தலைவன் திருசங்குவின் மகள்.*

வெற்றிவேலன் : *தொடர்பு இருக்கிற அளவுக்கு துடியிடையுடைய அழகியோ அவள்?*

வேதாளம் : *அழகுதான் - நல்ல அழகு.*

வெற்றிவேலன் : *சந்தனச்சேரியிலே நாம் தங்கியிருக்கும் போது இப்படித்தான் ஒரு அழகியை எனக்கு அறிமுகப்படுத்திவைத்தான் ஒரு அந்தரங்க நண்பன்.*

வேதாளம் : *அப்படியா?*

வெற்றிவேலன் : நண்பனாயிருந்தாலும், அந்த நல்ல வாய்ப்பை ஏற்படுத்திக் கொடுத்ததற்காக அவனுக்கு இருபது பொன் பரிசளித்தேன்.

வேதாளம் : ஓகோ!

வெற்றிவேலன் : முடியுமானால் முத்தாயியை ஒரு முறை சந்திக்க முயற்சிப்போம் - என்ன வேதாளம்?

வேதாளம் : அதைத்தான் நானும் யோசிக்கத் தொடங்கி விட்டேன்.

வெற்றிவேலன் : சபாஷ் ! வேதாளம் - குறிப்பறிந்து செயல் புரிவதில் உமக்கு நிகர் நீரேதான்!

அப்போது அங்கே முத்தன் வருகிறான். அவனைக்கண்ட வெற்றிவேலன் பேச்சை நிறுத்தி,

வெற்றிவேலன் : என்னப்பா! என்ன வேண்டும்?. . .

முத்தன் : என்னை மன்னிக்கவேண்டும்.

வெற்றிவேலன் : விஷயத்தைச் சொல்.

முத்தன் : சந்தர்ப்பம் சரியில்லை . . . . . . படையில் சேர முடியவில்லை.

வெற்றிவேலன் : என்ன விளையாடுகிறாய் . . . என்னை யாரென்று எண்ணிவிட்டாய்? படையில் சேரவும் விலகவும் - உன்னிஷ்டப்படி நடக்கவும் அனுமதி கிடையாது இங்கே.

ஆளைப்பார் ! மலைபோல் இருக்கிறான் - எலிபோல் பயப்படுகிறான். கோழை

முத்தன் : *தயவு செய்து அந்த வார்த்தை சொல்லாதீர்கள். நான் ஏழையாயிருக்கலாம் கோழையல்ல! ஆனால்*

வெற்றிவேலன் : *வாய் நீட்டாதே ! வாள் நீளும்! மரியாதையாக நில்! மரியாதையாகப் பேசு*

முத்தன் : *படையில் சேருவதற்கு கட்டாயம் எதுவு மில்லையல்லவா !*

வெற்றிவேலன் : *சேருவதற்கு கட்டாயமில்லை ! ஆனால் சேர்ந்து விலகுவதற்கு உன் இஷ்டமில்லை.*

முத்தன் : *அதற்குத்தான் நூறு பொன் தண்டம் செலுத்திவிட வேண்டும் என்று நிபந்தனை யிருக்கிறதே.*

வெற்றிவேலன் : *இவன் மிகவும் திமிர்பிடித்தவன் - உன் வாலை ஒட்ட நறுக்கவேண்டும். இந்தத் தேகத்தை வளர்த்து என்ன செய்யப்போகிறாய் . . . . தேசத்திற் காகத்தான் பலி கொடேன்.*

முத்தன் : *பலி கொடுக்கலாம் - எமக்கென்று ஒரு தேசம் இருந்தால்! பழுதூர் அடிமை பூமி இதை மீட்க ஒரு படை திரளட்டும். அதிலே சேராதவர் அனை வரும் செத்தவராகவே கருதப்படுவர்.*

வெற்றிவேலன் : *என்ன சொன்னாய், ராஜத்துரோகி!*

முத்தன் : அப்படியெல்லாம் குற்றம் சாட்டிவிடாதீர்கள். என்னை வீரனில்லை யென்றீர்களே: அதற்கு விளக்கம் தந்தேன் அவ்வளவுதான்.

வெற்றிவேலன் : என்னை எதிர்த்துப் பேசிய முதல் ஆள் இவன்தான் ! இவனுக்கு ஒரு முடிவு தேடாமல் விடமாட்டேன்.

வேதாளம் : கொஞ்சம் வாருங்களேன்.

வெற்றிவேலனை தனியாக ஒரு இடத்திற்கு அழைத்துச் செல்கிறான். அங்கே,

வேதாளம் : பயலை விடாதீர்கள் ! விட்டால் தண்டப் பொருளைக் கட்டி மீண்டுவிடுவான். பிறகு, முத்தாயியைப் பிடிக்க முடியாது.

வெற்றிவேலன் : என்ன செய்யலாம்.

வேதாளம் : காவலில் போடுங்கள். கழுதையை! - ஆனால் ஒன்று. நான் இந்த நாய்க்குட்டியிடம் நல்லவன் போல நடந்துகொள்கிறேன். அதாவது நடிக்கிறேன் என்கிறேன். பிறகு இருவரும். முத்தன் இருக்குமிடத் திற்கு வருகிறார்கள். வரும்போதே.

வேதாளம் : தயவு செய்து மன்னித்து - முத்தனை விட்டு விடுங்கள். அவன் ஏழை.

வெற்றிவேலன் : ஓய் வேதாளம்! திரும்பத் திரும்பச் சொல்லுகிறேன். நீர் இதில் தலையிடக்கூடாது.

வேதாளம் : *ஏன் தலையிடக்கூடாது ! உங்களுக்குத் தரவேண்டிய நூறு பொன்னைக் கொடுத்து விட்டால் முத்தனை நீங்கள் என்னசெய்ய முடியும்? என்ன முத்தா! நூறு பொன் தயார்தானே?*

முத்தன் : *தயார்தான். காலையில் கொடுத்துவிடுகிறேன்.*

வேதாளம் : *காலையிலா?. . . அதுவும் சரி! தளபதி அவர்களே ! முத்தன் போகலாமல்லவா?*

வெற்றிவேலன் : *கூடாது. தண்டப் பொன்கள் வந்து சேரும் வரையில் இவன் காவலில் இருக்கவேண்டும். ஏய். யாரங்கே?. . . இவனைக் காவலில் வையுங்கள் . . .*

வேதாளம் : *அய்யோ !. . . பெருமைக்குரிய பிரபு அவர்களே! அவனை விட்டு விடுங்கள். நானே, நாளை காலையில் பொன்களைத் தந்துவிடுகிறேன்.*

வெற்றிவேலன் : *முடியாது ! வெற்றிவேலன் உத்திரவிடுகிறேன். குறுக்கே நிற்காதீர் நீர்!*

முத்தன் : *இப்படித்தான் சொல்லுகிறதா உங்கள் அரசாங்கத்தின் பாசறை நீதி? நன்றாயிருக்கிறது!*

வெற்றிவேலன் : *வீணே சாகாதே ! விலங்கிடுங்கள் அவனுக்கு.*

முத்தன் கைகளில் விலங்கு மாட்டப்படுகிறது. வேதாளம், தன் முகத்தை மூடிக் கொண்டு வெளிக்கிளம்புகிறான். அவன்

போகும் போது முத்தனை வருத்தமுடன் பார்த்துக் கொண்டே,

"முத்தா! முன் ஜென்மக்கர்மவினை முடி சூடிய மன்னனையும் விடாது ! பயப்படாதே, நானிருக்கிறேன்"

என்று கூறிவிட்டுப் போகிறான். முத்தன். தென்றல் மாளிகையின் ஒரு அறையில் அடைக் கப்பட்டு வெளியே காவல் போடப் படுகிறது.

காட்சி - 22 : திருசங்கு வீடு

முத்தாயி சுமதி, இருவரும் பேசிக் கொண்டிருக்கிறார்கள்.

***முத்தாயி** : இந்நேரம் அவர் போய் சொல்லியிருப்பார்; படையிலிருந்து விலகிக்கொள்கிறேன் என்று!*

***சுமதி** : அவர் சொல்லாவிட்டாலும் உன்னுடைய சுந்தர வதனம், அவரை சொல்லவைத்திருக்குமே!*

***முத்தாயி** : ஆரம்பித்துவிடாதேயம்மா ! அப்பா வரும் நேரமாகிவிட்டது!. . . இந்தா சுமதி, ஜாக்கிரதை.*

[நூறு பொன் கொண்ட பையை அவளிடம் கொடுக்கிறாள்]

காலையில் அவரிடம் சேர்த்துவிடு ! அவர் எங்கேயிருக்கிறார் தெரியுமல்லவா?

***சுமதி** : தெரியும்.*

***முத்தாயி** : எங்கே?*

***சுமதி** : உன் இருதயத்தில் -*

***முத்தாயி** :விளையாடாதே சுமதி அஞ்சல் மனையில் தான் அவர் இருப்பார். அவர் இல்லாவிட்டாலும் வேதாளத்திடம் கொடுத்து, அவரிடம் கொடுத்து விடச் சொல்லு!. . .*

சுமதி : உத்திரவுப்படியே!. . .

முத்தாயி : சரி போய்விடு - அப்பா வந்துவிடுவார்.

காட்சி - 23 : தென்றல் மாளிகை

தென்றல் மாளிகையில் முத்தன் அடைபட்டுக் கிடக்கிறான். கூண்டினில் புலிபோல் அங்கு மிங்கும் உலவுகிறான். அப்போது வேதாளம் அங்கே நுழைகிறான். முத்தன், வேதாளத்தை ஆவலுடன் பார்க்கிறான்.

வேதாளம் : முத்தா !. . . என்ன முட்டாள் தனம் செய்து விட்டாய். . . முதலிலேயே யோசித்து செய்யக்கூடாது நான் என்ன, உன்னை பலவந்தமாகவா படையில் சேர்த்தேன். வெற்றிவேலன் ஒரு முரடன் . . . நீயோ பாவம், மிகவும் நல்லவன். நியாயப்படி உன்னைக் காவலில் வைக்கக் கூடாது! இந்த அநியாயத்தை யார் கேட்பது. பாளையக்காரரிடம் ஓடிப்போய் சொன்னேன். அவர் என் பேச்சை லட்சியம் செய்யவே இல்லை. ஏழையின் குரல் ஏழடுக்கு மாளிகையில் எப்படிக் கேட்கும்?

அப்போது வெற்றிவேலன் அங்கு வருகிறான்.

வெற்றிவேலன் : என்ன வேதாளம். என்ன அளக்கிறீர்? முத்தனை நீர் பார்த்து விட்டுத்தான் போகலாம்: ஆசையிருந்தால்! அவனுடன் பேசுவதற்கு உமக்கு அனுமதியில்லை. அவன் இப்போது கூண்டுப் பறவை. நினைவிருக்கட்டும்!

வேதாளம் : முத்தன் என்னுடனேயே இருந்தவன் பிரபு! மேன்மை தாங்கியவரே! பழகிய பாசம் மிகவும் பொல்லாததல்லவா? இவனை எப்படியாவது மன்னித்து...

வெற்றிவேலன் : ஹஹஹ! மன்னிப்பதா? இதோ பாரும் அரசாங்க உத்திரவை! இதுவரை சேர்ந்துள்ள படைவீரர்களோடு நான் உடனே தலைநகருக்குப் புறப்பட வேண்டுமென்று கட்டளையனுப்பி யிருக்கிறார் மன்னவர் ! இன்றே புறப்பட வேண்டும்.

வேதாளம் : முத்தனுமா?

வெற்றிவேலன் : ஆமாம் ! ஆனால், தண்டப் பணம் நூறு பொன் வந்துவிட்டால் இவன் விடுதலை பெறலாம். இவனுக்கேது நூறு பொன் - குப்பையில் கிடப்பவன்?

வெற்றிவேலன் போய்விடுகிறான். வேதாளம், முத்தனை மிகவும் சோகமுடன்பார்ப்பதாக நடிக்கிறான். முத்தனும் வேதாளத்தை நம்புகிறான்.

வேதாளம் : முத்தா! உன்னைப் பார்க்கவே எனக்கு கஷ்டமாயிருக்கிறது.

முத்தன் : அய்யா. ஒரு உதவி செய்யுங்கள்.

வேதாளம் : என்ன உதவி? சொல்! செய்து முடிக்கிறேன்.

முத்தன் : என்னிடம் கொடுக்கச்சொல்லி, நூறு பொன் தங்களிடம் வரும் - அதை வாங்கி கட்டி - என்னை விடுவித்து விடுங்கள்!

வேதாளம் : அதைவிட எனக்கு வேறு வேலை பொன் . . . கட்டாயம் வருமல்லவா? முத்தா ! இனிப் பயமில்லை . . . நீ கவலையில்லாமல் இரு! எது நடந்தாலும் சரி . . . பொன் வரட்டும் - - எல்லாவற்றையும் நான் பார்த்துக் கொள்கிறேன்.

வேதாளம், அதைவிட்டு வெளியே போகிறான். கதவு பூட்டப்படுகிறது. முத்தன். கூண்டுக்குள் மீண்டும் அலைந்துகொண்டிருக்கிறான்.

காட்சி - 24 : அஞ்சல்மனை வாயில்

முரட்டு மனிதன் - அஞ்சலோடி. குதிரை தேய்த்துக் கொண்டிருக்கிறான். அங்கே சுமதி கையிலே பொன் மூட்டையுடன் வருகிறாள்.

சுமதி : *அய்யா!*

அஞ்சலோடி : *என்னம்மா வேண்டும்?*

சுமதி : *முத்தன் இங்கில்லை?*

அஞ்சலோடி : *முத்தனா? அவன் மிகவும் நல்லவனாயிற்றே, அவனை ஏன் நீ தேடுகிறாய் - நீ அவனைக் காதலிக்கிறாயா?*

சுமதி : *போக்கிரி மனிதா ! கேட்டதற்கு மட்டும் பதில் சொல்.*

அஞ்சலோடி : *அவன் தென்றல் மாளிகையில் இருக்கிறானாம் அவனுக்கென்ன. போர்வீரன். அவனுக்குத் தகுந்தவள்தான் நீ...!*

சுமதி : *மூடிக்கொள் உன் அழகான வாயை! அப்பனே !*

அஞ்சலோடி : *மகளே!*

சுமதி : *முத்தன் தவறி இங்கு வந்தால், ஒரு பெண் தேடிக்கொண்டு தென்றல் மாளிகைக்குப் போயிருப் பதாகச் சொல்!*

அஞ்சலோடி *: இது உத்திரவா? வேண்டுகோளா?*

சுமதி *: இரண்டுந்தான் - சரியான முட்டாள்!*

[போகிறாள்]

அஞ்சலோடி *: என்ன என்ன?. . . ஏ. சிட்டுக் குருவி இப்போது என்ன பேசினாய்?*

சுமதி *: தமிழ் பேசினேன் .... ஏ, தலைவலி! போய் வருகிறேன்.*

சுமதி வேகமாக அதைவிட்டுப் போகிறாள். அவள் போவதையே அஞ்சலோடி பார்த்துக் கொண்டு நிற்கிறான்.

காட்சி - 25 : தென்றல் மாளிகை

பல்லக்கு போன்ற குதிரை வண்டிகள் புறப்படுவதற்குத் தயாராக இருக்கின்றன. குதிரை வீரர்கள் தத்தம் புரவிகளில் ஏறி ஆயத்தமாகிறார்கள். படையில் சேர்க்கப்பட்ட ஆட்கள் வண்டிகளில் ஏற்றப்படுகிறார்கள். தளபதி செல்வதற்கான அலங்காரமான வண்டியும் வாசலில் நிறுத்தப்பட்டிருக்கிறது. பாளையக்காரர் பலதேவரும், திருசங்கும், சுகதேவும், தளபதிக்கு முன்னே நின்றுகொண்டு வழியனுப்பத் தயாராயிருக்கிறார்கள்.

வெற்றிவேலன் ஒரு வீரனிடம்,

"எங்கே அந்த முத்தன் ? அவனையும் கொண்டுவந்து வண்டியில் தள்ளுங்கள்"

உடனே வீரர்கள் உள்ளே ஓடுகிறார்கள். வேதாளம், தளபதியின் காதில் ரகசியமாகச் சொல்லுகிறான்.

"அவனை ஊர் தாண்டும் வரையில் நடக்க வைத்தே கொண்டுபோனால் - அவளைப் பார்க்க வாய்ப்புக் கிடைக்கும்"

வெற்றிவேலன் *:ஆமாம் ! அந்தக் கழுதையை விலங்கிட்டு இழுத்துச் செல்லுங்கள். ஊர் தாண்டும் வரையில் அவன் நடந்தே வரட்டும்.*

உள்ளேசென்ற வீரர்கள், முத்தன் பூட்டப் பட்டிருக்கும் அறையைத் திறக்கிறார்கள்.

முத்தன் *: ஏன் - எனக்கு விடுதலையா?*

ஒரு வீரன் : இங்கேயிருந்து விடுதலை. ஆனால் விடுதலைக்குப் பிறகுதான் இருக்கின்றன வேதனைகள் ! வெறும் பயலே! இந்த விடுதலையை சுவைத்துப்பார். ஊமையாக கிடப்பாய், உடுத்த உடை கிடைக்காது. பசிக்கு உணவு கிடையாது. கொண்டுபோங்கள் இந்த கர்வம் பிடித்த ஓநாயை!

முத்தன் : சரிதான் - வேங்கைபுரத்து மனிதர்கள் எல்லோருமே இப்படித்தானா?

வீரன் : பேசாதே! விலங்கை மாட்டிக்கொள்.

முத்தன் இழுத்து வரப்படுகிறான். அதற்குள் தெருப்புறத்தில் தளபதியிடம் நின்று கொண்டிருந்த வேதாளம், வீதியிலே ஒரு பெண் வேகமாக ஓடிவருவதைக் காண்கிறான். உடனே அவன் அவசர அவசரமாக தென்றல் மாளிகையிலிருந்து புறப்பட்டு வீதியில் அந்தப் பெண்ணை நோக்கிப் போகிறான்.

வேதாளம் : எங்கம்மா ஓடுகிறாய்?

சுமதி : ஓ !. . நீங்களா? முத்தனைப் பார்த்தீர்களா?

வேதாளம் : முத்தனுக்காகத்தான் ஓடியாடிக் கொண்டிருக்கிறேன். அவனை இப்போதே வேங்கைபுரம் கொண்டுபோகப் போகிறார்கள்.

சுமதி : அய்யோ. . . அவரை நான் பார்க்கவேண்டுமே.

வேதாளம் : முடியாது ! இனி அவனை விடுவிக்க முடியாது. விடுவிப்பதாயின் நூறு பொன் வேண்டும்.

சுமதி : *அதைத்தான் கொண்டுவந்திருக்கிறேன். இதோ, இதை தயவுசெய்து அவரிடம் கொடுத்துவிடுங்கள்.*

வேதாளம் : *அன்பான பெண்ணே ! நல்ல காரியம் செய்தாய்! முத்தன் சார்பாக உனக்கு என் நன்றி ! இப்போதே போய் அவனை மீட்கிறேன். நீ ஓடிவிடு இதை விட்டு*

(சுமதி போய்விடுகிறாள்.)

வேதாளம், பையை அவிழ்த்துப் பார்க்கிறான். நூறு பொன்களிருக்கின்றன. அவன் முகம், மகிழ்ச்சியால் வீங்குகிறது. அந்தப் பையில் ஒரு மடலும் இருக்கிறது. அந்த ஓலையை எடுத்து வேதாளம் படிக்கிறான், தனக்குள்ளாக!

அன்பரே!

குறிப்பிட்டபடி நூறு பொன் அனுப்பியிருக்கிறேன். ஏட்டுச் சுரைக்காய், கரிக்காகாது என்பீர்களே; என்பதற்காக முத்தங்களை நேரில் தருவதாக வைத்திருக்கிறேன். இன்று மாலை - நமது சோலை!

அன்புள்ள,

முத்தாயி.

வேதாளம், மடலையும், நூறு பொன்களையும் தன் உடையில் மறைத்து வைத்துக்கொண்டு தென்றல் மாளிகையை நோக்கி வருகிறான்.

தென்றல் மாளிகையிலிருந்து வெற்றிவேலன் புறப்பட்டுவிடுகிறான். வேதாளத்தையும் தன் வண்டியில் ஏறச் சொல்லுகிறான்.

வெற்றிவேலன் : *வேதாளம் - ஊர் தாண்டும் வரையில் என்னுடன் வாருமே ! பிறகு திரும்பிவிடலாம்!*

வேதாளம் : *உத்திரவுப்படியே பிரபு !*

வண்டிகள் நகருகின்றன. முத்தன் மாத்திரம் விலங்கிடப்பட்டு வீதியில் நடத்திச் செல்லப்படுகிறான். வெற்றிவேலனின் பவனியை ஊர் மக்கள் அனைவரும் ஆர்வமுடன் கூடி வேடிக்கை பார்க்கிறார்கள். முத்தனோ. யாரையும் நிமிர்ந்து பார்க்க முடியாமல் நடந்து கொண்டிருக்கிறான். முத்தனின் நிலைமை கண்டு, சுகதேவ் பேரானந்தமடைகிறான். பழூதூரின் வீதிகளைக் கடந்தபடியிருக்கிறது வெற்றிவேலனின் அந்தப் பவனி.

காட்சி - 26 : திருசங்கு வீடு

சுமதி ஓடிவந்து நுழைகிறாள். அவளுடைய வருகையை ஆவலுடன் எதிர்பார்த்திருக்கும் முத்தாயி, கண்கள் ஒளிவிட அவளையே பார்க்கிறாள்.

சுமதி : முத்தாயி!

முத்தாயி : சுமதி, என்ன ஆயிற்று கொடுத்துவிட்டாயா?

சுமதி : நல்லவேளை, நான் கொஞ்சம் வேகமாக ஓடியிரா விட்டால் இந்நேரம் அவரைக் கொண்டு போயிருப்பார்கள்.

முத்தாயி : என்ன - என்ன?

சுமதி : ஆமாம் படையிலிருந்து வருகிறேன் என்று அவர் கூறியதும் உடனே பாதுகாப்பில் வைத்து விட்டார்களாம். தலைநகரிலிருந்து தளபதியைப் புறப்படும்படி உத்திரவும் வந்துவிட்டதாம். எல்லோரும் கிளம்பிவிட்டார்களாம்; அவரையும் அழைத்துக் கொண்டு

பயப்படாதே! அந்த நேரத்தில் நான் போய் வேதாளத்தைச் சந்தித்து தண்டப் பொன்களைக் கொடுத்தேன். இல்லாவிட்டால் உன்னுடையவரை விடுதலை செய்திருக்க முடியாது. அந்த வேதாளம் மிகவும் நல்லவர்.

முத்தாயி : பிரியமுள்ள தோழி ! உன் உதவியை என்னால் மறக்கவே முடியாது.

[தழுவுகிறாள்]

சுமதி : *அப்பப்பா ! இப்படியா கட்டிப் பிடிப்பது. அவரிடம் கற்ற வித்தையை என்னிடமே காட்டுகிறாயே!*

முத்தாயி : *ஸ் . . . குறும்புக்காரி!*

சுமதி : *வா, வேடிக்கைப் பார்க்கலாம்: வெற்றிவேலனின் பவனி வீதி வழியே வருகிறதாம்! வாவா!*

முத்தாயி : *வெற்றிவேலர் பவனிதானே !*

சுமதி : *ஓகோ - உனக்குப் பிடிக்காது. உங்கள் இருவரின் பவனியை நான் பார்க்கவேண்டும். அப்போதுதான் உனக்கு உலகை பூக்கும் - உள்ளம் மணக்கும் - உற்சாகம் பொழியும், சரிதான் வா. இதையும் பார்ப்போம்.*

இருவரும் வாயிற் பக்கம் வருகிறார்கள்.

காட்சி - 27 : பழூதூர் வீதி

பாளையக்காரரின் அரண்மனைப் பக்கமாக வெற்றிவேலனின் படை, நடை போடுகிறது. திரளான மக்கள் வேடிக்கை பார்த்தவாறு பின்தொடர்ந்து கொண்டிருக்கிறார்கள். வெற்றி வேலனும், வேதாளமும் வண்டியிலிருந்தபடி ஏதோ, பேசிக்கொண்டிருக்கிறார்கள். தளபதியின் வண்டியில் தான் ஏறி வருகிறோமே என்ற பெருமையும், கர்வமும் வேதாளத்தை ஆட்கொள்ளுகின்றன. நிமிர்ந்த பார்வையுடன் அவன் மக்களைப் பார்த்துக் கொண்டு விகாரமான அந்தமுகத்திலே விசித்திரமான புன்னகை தவழ வீற்றிருக்கிறான். படை வீரர்கள் இரு மருங்கிலும் குதிரைகளிலமர்ந்து பல்லக்கு வண்டிகளைப் பாதுகாத்துச் செல்கின்றனர். வீரர் அணிவகுப்புக்களின் போது இசைத்திட வேண்டிய போர்வாத்தியங்கள் ஆடம்பரமாக முழங்குகின்றன. அத்தகைய அலங்காரம் நிறைந்த பவனியிலே அவன் மட்டும் அவமானத்தை சுமக்க முடியாமல் தலையைக் கவிழ்ந்த வண்ணம் செல்லுகிறான். அரண்மனையின் உச்சியிலிருந்து ஒரு உருவம் அந்த ஊர்வலத்தைக் காணுகிறது. அது யாருமில்லை; பூங்காவனம் தான்! பூங்காவனத்தின் கண்கள், விலங்கணிந்து வீதியிலே செல்லும் முத்தனின் மீது பாய்கின்றன. அந்தக் காட்சியை அவளால் காணமுடியவில்லை. பலமாக முகத்தில் அறைந்து கொள்கிறாள். கண்கள் நீரைப் பொழிகின்றன - ஓடிப்போய் படுக்கையில் விழுகிறாள் - அழுகிறாள்.

இப்படி எத்தனையோ முறை அவள் அழுதிருக்கிறாள். அப்போதெல்லாம் - அவளை அசையாமல் பார்த்துக் கொண்டிருந்த - காதல் புறாக்கள், கன்றை நாடும் பசு. மான்தோலில் வேங்கை, ஆகிய மூன்று சிலைகளும் இப்போதும் அவளைப் பார்த்துக் கொண்டுதான் இருந்தன.

ஊர்வலமோ போய்க்கொண்டிருந்தது - திருசங்கு வீட்டின் வாயிலில் நின்று வேடிக்கை பார்க்கத் தயாராக இருந்தார்கள் - சுமதியும் முத்தாயியும்!

ஊர்வலமும் அவர்களிடம் நெருங்கிவிட்டது. யுத்த வாத்தியங்கள் அவர்கள் வீட்டினின்றும் அகன்றுவிட்டன. படையில் சேர்ந்த ஆட்கள் அமர்ந்துள்ள பல்லக்கு வண்டிகளும் வீட்டைத் தாண்டி விட்டன. அடுத்து, வெற்றிவேலன் - வேதாளம் அமர்ந்துள்ள வண்டி அவர்களை நெருங்கியது. வண்டியிலிருந்தபடியே வேதாளம் - தளபதிக்கு முத்தாயியைக் காட்டி,

வேதாளம் : வீரம் நிறைந்த பிரபு ! அதோ நிற்கிறாளே அந்தப் பொன் வாத்துதான் நான் குறிப்பிட்ட முத்தாயி!

வெற்றிவேலன் : ஆகா! அவள் தான்? பொன் வாத்து என்று புகன்றீரே அவளை ! புலவர் மொழியிலே அன்னம் என்று சொல்லும்! சொர்ணம் என்று கூறும்! அடடா ! சொக்கத் தங்கத்திலே உளிபட்ட இடம்போல பிரகாசிக்கும் கன்னங்கள்! அவள் இதழ்களை கோவைப்பழம் என்று எண்ணி கொத்து வதற்காக வளைந்த கிளிமூக்கு ! மனிதனை மயக்குவதற்கே மாயனால் படைக்கப்பட்ட மாம்பழ மேனி!

வெற்றிவேலனுக்கு வண்டியில் உட்கார்ந்திருக்கவே இயலவில்லை.

முத்தாயி சுமதி இருவரும் அந்த ஊர்வலத்தின் அழகிலே கண்ணை செலுத்திக் கொண்டிருந்தனர். தளபதியின் வண்டியும் அவள் வீட்டை விட்டு நகர்ந்து விட்டது. அதற்கடுத்தாற் போல்? முத்தாயி பார்த்துவிட்டாள் அவனை ! ஆம் அவள் நெஞ்சு நிறைந்த முத்தனை? அந்த ஊர்வலம் -

அதிலே செல்லும் படைவீரர் - வேடிக்கைப் பார்க்கும் மக்கள் கூட்டம் - இசை முழக்கம் எதுவுமே அவள் நினைவில் இல்லை. நடுவீதிக்குப் பாய்ந்தோடினாள். வீறிட்டலறிய படி !

"அத்தான்! அத்தான்!"

"முத்தாயி!"

திடீரென வாத்திய ஒலிகள் நின்று விடுகின்றன. பயங்கரமான அமைதி.

முத்தாயி அய்யோ ! அவரை விட்டுவிடுங்கள்! இது என்ன கொடுமை! அத்தான்.

அப்போது வெற்றிவேலன் வண்டியிலிருந்து இறங்கி அங்கு வந்து விடுகிறான்.

வெற்றிவேலன் *: யாரம்மா நீ? என்ன இது?*

முத்தாயி *: பிரபு! அவரை விட்டுவிடுங்கள் !*

முத்தன் *: முத்தாயி! கிளியை விடுதலை செய்யும்படி கேட்கிறாய்; பூனையிடம்!*

வெற்றிவேலன் *: (முத்தாயியைக் கடைக் கண்ணால் பார்த்தபடி) ஏய் முத்தா! நீயல்ல கிளி*

முத்தாயி *: அத்தான் ! நான் உங்களிடம் அவ்வளவு கெஞ்சிக்கேட்டும் கடைசியில் ஏமாற்றிவிட்டீர்களே*

முத்தன் : என்ன செய்வது, எதிர்பாராமல் நடந்துவிட்டது போகிறேன் விடு.

முத்தாயி : போங்கள் ! விடுதலையடைய உங்களுக்கு விருப்பமில்லாவிட்டால் அவர்களிடம் சொல்லி ஒரு ஈட்டியையாவது என் நெஞ்சின்மீது வீசச் செய்யுங்கள்.

வெற்றிவேலன் : சே ! கனியின் மீது கத்திவீச்சா?

முத்தன் : முத்தாயி ! குற்றம் என்மீதில்லை என்பதையாவது நீ உணர்ந்துகொள்!

முத்தாயி : பிறகு யார்மீது? நான் அனுப்பியது வந்து சேரவில்லையா?

இதற்குள், அங்கே திருசங்கு பிரவேசிக்கிறான் கோபாவேசமாக!

திருசங்கு : மானங்கெட்ட பெண்ணே! வா இங்கே, என் அந்தஸ்தைச் சந்தி சிரிக்க வைக்கிறாயே.

முத்தாயி : அப்பா ! என்னை விட்டுவிடுங்கள். விட்டு விடுங்களப்பா - விட்டுவிடுங்கள் ! இதோ போகிற வண்டிகளில் ஒன்று என்னை சாகடித்துவிட்டுப் போகட்டும். இதோ என்னுயிரையே எடுத்துச் செல்கிறார்கள் - இனி இந்த நடமாடும் சவம் இருந்து என்னப்பா பயன்? - என்னை விட்டுவிடுங்கள்.

முத்தாயி அலறியபடி தெருவில் விழுந்து விடுகிறாள். திருசங்கு அவளைப் பிடித்து பரபர வென்று இழுத்துக்

கொண்டுபோகிறான். அவளது பொன்னுடல் மண்மீது தேய்கிறது. வெற்றிவேலன் தன் வண்டிக்குப் போகிறான். மீண்டும் வாத்தியங்கள் ஒலிக்கின்றன. ஊர் வலம் போகிறது.

காட்சி - 28 : பழூதூரின் எல்லை

ஐயனார் கோவில் ஒன்று இடிந்து கிடக்கிறது. அங்கே வெற்றிவேலன் படை நிற்கிறது. பின் தொடர்ந்த ஊர்மக்கள் யாருமில்லை. முத்தன். விலங்குடன் பல்லக்கு வண்டியில் ஏற்றப்படுகிறான். வண்டியிலிருந்தபடியே, வேதாளமும் வெற்றிவேலனும் முத்தாயி பற்றி திட்டம் தீட்டுகிறார்கள்.

வெற்றிவேலன் : *சரி வேதாளம் - ஊரின் எல்லை வந்து விட்டது! நீர் திரும்புகிறீர் என்பதுபற்றி வருந்துகிறேன்.*

வேதாளம் : *பிரபூ, உங்கள் அன்புக்கு நன்றி.*

வெற்றிவேலன் : *முத்தாயி விஷயம் மறந்துவிடாதீர்! அவளை என்னால் மறக்க முடியவில்லை. . . . . .*

வேதாளம் : *மறப்பேனா நான்.*

வெற்றிவேலன் : *அவள் ஒரு வீணை! அழுதுகொண்டு தான் பேசினாள். ஆனால் ஒவ்வொரு சொல்லும் சுருதியோடு சேர்ந்து அதிர்ந்தது.*

வேதாளம் : *அந்த வீணை தங்களிடம் வரவேண்டும் அவ்வளவுதானே ! தங்களின் நித்ரா மண்டபத்தின் நிரந்தர வீணையாகவே அவளை ஆக்கிவிடுகிறேன்.*

வெற்றிவேலன் : *வேண்டாம் வேண்டாம். திருமணம் என்கிற அளவுக்கு போய்விடாதீர்! தேனும் தெவிட்டி விடும், திருமணம் என்ற கிண்ணத்தில் ஊற்றினால்! மங்கைகள்*

மலர்களாகவும் - ஆண்கள் வண்டுகளாகவும் இருப்பதையே நான் விரும்புகிறேன். அதுவே என் லட்சிய கீதமுங்கூட!

வேதாளம் : உங்கள் கீதத்திற்கு, நான்தான், தாளம்!

வெற்றிவேலன் : வேதாளம்! மகிழ்ந்தேன். சென்றுவருகிறேன். போனதும் ஓலை யெழுதுகிறேன். அந்தப் பொன்னவிர் மேனியாளை விரைவில் சந்திக்க ஏற்பாடு செய்யும்!

வேதாளம் : ஆற்றல் நிறைந்த பிரபுவே! ஆணைப்படி நடக்கிறேன்.

வெற்றிவேலன் : வருகிறேன்.

வேதாளம் வணங்குகிறான் வண்டிகள் வேகமாகப் புறப்பட்டு வேங்கைபுரம் நோக்கி ஓடுகின்றன. முத்தன் கண்களிலே வழியும் கண்ணீரைப் பற்றி கவலைப்பட அங்கு யாருமில்லை.

காட்சி - 29 : பாளையக்காரர் அரண்மனையில்!

மாய்கைநாத சாமியார் பல்லக்கில் வந்து இறங்கி உள்ளே வருகிறார். உள்ளே, பலதேவர் அவர் மனைவி, பூங்காவனம் ஆகியோர் இருக்கிறார்கள். பலதேவர் சாமியாரை எதிர்கொண்டழைக்க ஓடுகிறார். பூங்காவனம் சாமியார் வருவதைப் பார்த்து முகஞ்சுளிக்கிறாள். சாமியார் வந்து ஆசனத்தில் அமருகிறார்.

பலதேவர் : என்ன திடீரென்று?

சாமியார் : ஆமாம் - மடாலயத்துக் குரு பூஜை வருகிறது !

பலதேவர் : அதற்கென்ன - பிரமாதமாய் நடத்தி விடுவோம்! நாளையதினம் மடத்தில் என்ன உபதேசமோ?

சாமியார் :"தவ நெறியும் - கற்பு நெறியும் " என்பது பற்றிப் பேசப்போகிறேன்.

அப்போது. அங்கு நிற்பதற்குப் பிடிக்காத பூங்காவனம் - அதைவிட்டு நகருகிறாள், ஆனால் சுகதேவின் குரல் அவளைத் திரும்பச் செய்கிறது.

"அத்தை! தெரியுமா சேதி? முத்தனை விலங்கு மாட்டி வீதியிலே ஊர்வலம் நடத்தி வேங்கை புரத்துக்கு கொண்டு போய்விட்டார்கள். "

பலதேவர் : ஒழியட்டும்! ஒழியட்டும்! அதற்கென்ன இப்போது - பெரிய செய்தியா அது?

பூங்காவனம் : ஆமாம் அண்ணா! ஏழைகளின் துன்பம் உங்களுக்குப் பெரிய சேதியே அல்ல! அவன் நம் வீட்டில் மாடுபோல் உழைத்திருக்கிறான். அவனை ஏன் நாம் மீட்டிருக்கக்கூடாது?

பலதேவர் : உனக் கென்ன பைத்தியமா பூங்காவனம்? பாருங்கள் ஸ்வாமி ! என் தங்கையின் பரிதாபம் யார்மேல் விழுகிறது என்று! எவனோ ஒரு அனாதை

சாமியார் : உம் ! எல்லாம் விதிப்படி நடக்கும். யாரும் தடுக்க முடியாது.

பூங்காவனம் : நல்ல விதி! சோம்பேறிகட்கும், சூதுக் காரர் கட்கும் சுலபமாக அகப்படுகிற வார்த்தை. விதியாம் - விதி!

சுகதேவ் : ஆமாம் அத்தை! அப்பா பாளையக்காரராக இருப்பது அவர் விதி ! சாமியார் பெண்களை வெறுப்பது அவர் விதி ! நீ கல்யாணம் வேண்டா மென்று காலங்கழிப்பது உன் விதி!

பூங்காவனம் : மண்ணாங்கட்டி ! அந்த விதியென்கிற வார்த்தை உன் வாயிலே அகப்பட்டு விழிக்கிறதே; அது அதனுடைய விதி!

பாளையக்காரர் : சரி. இரண்டுபேரும் வாயை மூடுங்கள். தொலைந்து போனவனைப் பற்றி நீங்கள் ஏன் போர் தொடுக்கிறீர்கள்?

சாமியார் அசட்டுத் தனமாக சிரிக்கிறார். பூங்காவனம் அதைவிட்டுப் போய் விடுகிறாள். அவள் எங்கே போவாள் -

போனாள் ! படுக்கையில் விழுந்தாள்! அழுதாள்! வழக்கம் போல அந்த மூன்று சிலைகளும் அவளைப் பார்த்து பரிதாபப் பட்டன.

காட்சி - 30 : திருசங்கு வீடு

பூங்காவனம் அங்கே அழுதுகொண்டிருக்கிறாள். இங்கே முத்தாயி துன்பத்தின் எல்லையில் தூக்கி யெறியப்பட்டுத் துடித்துக்கொண்டிருக்கிறாள்.

அவளுக்கு இனி யார்தான் ஆதரவு? தந்தையோ அவளை நல்ல விலைக்கு விற்க நேரம் பார்த்துக்கொண்டு திரிகிறார் எத்தகைய இடையூறுகள் வரினும் அவைகளைத் துரும்பாக்கிப் போடும் - அவளது காதலனின் திருமுக தரிசனமும் இனிக் கிடைப்பதற்கு வழியில்லை. நூறு பொன்கள் - அவளது தந்தை. தன் மகளைப் பலியிடும் திருவிழாவின் செலவுக்காக சேமித்து வைத்திருந்த திரவியம். அதைக் கொடுத்துத் தன்னுடையவனை மீட்கத் துணிந்தாள். அதற்குக் குறுக்கிட்ட வஞ்சகர்தான் யாரோ? தடாகத்து நீரும் அதன் தெளிந்த அமைதியும் போலிருந்த அவர்களின் காதல் வாழ்வில் சந்தர்ப்பம் கல் வீசிவிட்டதே! சோகக் கணைகள் எட்டு திக்கிலுமிருந்தும் பாய்ந்திடுகின்றன அவள் மீது! அவளால் அழுவதைத் தவிர வேறெதையும் செய்ய முடியவில்லை. வாய் திறந்து கதறி அழுவது அவளுக்கு ஆறுதல் போலும் ! சுமதி வருகிறாள். அவள் வரவேற்கப் படவில்லை. "முத்தாயி" எனக் கூப்பிடுகிறாள் வாய் நிறைந்த வாத்சல்யத்தோடு !

முத்தாயி : எங்கே வந்தாய் காதகி . . . வேண்டுமென்று கேட்டிருத்தால், நூறு என்ன - ஐநூறு பொன் எப்படியாவது தேடித் தந்திருப்பேனே

உனக்கு ! கேவலம்: நூறு பொன்னுக்காக, எங்களிருவரையும் பிரித்துவிட்டாயே - பாவி!

சுமதி : *முத்தாயி! நீயா என்னைப்பற்றி அப்படி நினைக்கிறாய். நான் சொல்வதைக் கேள்.*

முத்தாயி : *மூதேவி! என் முகத்திலே விழிக்காதே! போய்விடு!*

சுமதி : *முத்தாயி!*

முத்தாயி : *போய்விடு என்றால் போய்விடு ! பொல்லாதவளே! நான் என்ன உனக்குத் தீங்கு செய்தேன் - ஏனிப்படி பழிவாங்கினாய்? பாசமுள்ளவள் போல நடித்தாயே - அப்போதெல்லாம் நீ இப்படி மோசம் செய்வாயென்று எனக்குத் தெரியாதடி!*

சுமதி : *முத்தாயி!*

முத்தாயி : *பேசவேண்டாம் நாசக்காரி ! என் முன்னே நிற்காமல் உடனே போய்விடு*

சுமதி : *போய்விடுகிறேன் - ஒரு காலம் வரும், அப்போது நீ என்னை உணருவாய்!*

கண் கலங்கியபடி சுமதி அதை விட்டுப் போய்விடுகிறாள்.

காட்சி - 31 : சுகதேவின் மாளிகை

திருசங்கு எதிரே உட்கார்ந்திருக்கிறான். சுகதேவ் பேரானந்தமுடன் பேசுகிறான்.

சுகதேவ் : நானும் முத்தாயியும் காந்தர்வ மணம் புரிந்து கொண்டோம். என்னை மறக்க மாட்டேன் என்று கடவுள்மேல் சத்தியம் செய்தாள்.

திருசங்கு : ஆமாம்.

சுகதேவ் : நந்தவனத்திலே ஓடினோம் - நதியிலே நீராடினோம் - 'முத்தாயி' என்றேன்; அவள் நாதா என்று கூப்பிட்டாள். கண்ணை அசைத்தாள் - கழுத்துக்கு வைர மாலை! அவள் இடை நெளிந்தது - இரத்தின ஒட்டியாணம் பூட்டினேன் ! நகைகளைப் போட்டுக் கொண்டு ஒரு சிரிப்பு சிரித்தாள் - சிங்காரி! ஒய்யாரி கண்ணே! மயிலே ! கட்டிலரைக்கு வாடி என்றேன் வரவும் இசைந்தாள்!

ஆகா! அதற்குள் விழித்துக்கொண்டேன்!. . . எல்லாம் கனவு திருசங்கு - எல்லாம் கனவு!

திருசங்கு : கனவாகாது தம்பி - இந்தத் திருசங்கு இருக்கும் வரையில்!

சுகதேவ் : தங்கமும் வைரமும் தயார் அதை சங்கிலி யாக்குவதற்கு என் தகப்பனார் சம்மதிக்க வேண்டுமே!

திருசங்கு : அதற்குத் தான் கொஞ்சம் கஷ்டப்பட வேண்டும்.

சுகதேவ் : *கஷ்டமா?*

திருசங்கு : *ஆமாம். அர்ச்சுனன் பாம்பானான் அல்லியை மணக்க! வேலன், கிழவனானான் வள்ளியை மணக்க !*

சுகதேவ் : *நான் என்ன ஆகவேண்டுமோ. தெரியவில்லயே!*
அப்போது வேதானம் அஞ்சல் ஓலைகளின் அடுக்குடன் அங்கு நுழைகிறான்.

வேதாளம் : *நீங்கள் அடுத்த பாளையக்காரராக வேண் டும் - இதிலென்ன சந்தேகம்?*

சுகதேவ் : *அடேடே! வேதாளமா?. . . நல்ல சமயத்தில் வந்தீரய்யா நாரதர் போல! - உட்காரும்.*

வேதாளம் : *என்ன ஆலோசனை பலமாக நடக்கிறது?. . .*

சுகதேவ் : *எனக்கு ஏதாவது ஓலையுண்டா?. . .*

வேதாளம் : *உண்டு உண்டு!. . . இதோ!. . . (ஒரு ஓலையைக் கொடுக்கிறான்)*

சுகதேவ் : *உம்முடைய மூளையைப்பற்றி எனக்கு நிறைய நம்பிக்கை!. . . ஆகையால் இந்த முக்கியமான நேரத்தில் ஒரு முதல் தரமான யோசனை சொல்லும்*

வேதாளம் : *விஷயத்தைச் சொல்லாமல் யோசனை கேட்டால் எப்படித் தம்பி சொல்லுவது?.*

சுகதேவ் : இது தேவ ரகசியம் - நீர் யாரிடமும் சொல்லக்கூடாது! தெரியுமா?

வேதாளம் : ரகசிய மென்றால் யாரிடமும் சொல்லக் கூடாது என்பது தெரியும். என்ன ரகசியம் என்பது தெரிய வேண்டுமே!

சுகதேவ் : திருசங்கு - நீர் பயப்படாதீர் - நான் சொல்கிறேன்

திருசங்கு பயமொன்றுமில்லை. சொல்லுங்கள்,

சுகதேவ் : வேதாளம் - ஒரு பெண்ணைப் பற்றிய விஷயம்

வேதாளம் : அப்படியானால் காதல் விஷயமாகத்தானிருக்கும்.

சுகதேவ் : ஆகா கண்டு பிடித்துவிட்டீரே - உமது மூளையே மூளை இன்னும் சொல்கிறேன் கேளும் — திருசங்குவின் மகன் முத்தாயி, என்னை மனப்பூர்வமாக காதலிக்கிறாள்.

வேதாளம் : சபாஷ்! அப்படியா? - [வேதாளத்தின் முகத்திலே திடீரென மாறுதல் ஏற்படுகிறது. சமாளித்துக் கொள்கிறான்.]

சுகதேவ் : நானும் காதல் மயக்கத்தில் விழுந்து விட்டேன். அவளோ என்னைத் தவிர வேறு யாரையும் தீண்டேன் தீண்டேன் என்று சபதம் செய்து விட்டாள்.

வேதாளம் : ஆகா காதலுக்குத்தான் என்ன மகிமை! உலகமே காதலில் கட்டுண்டு சுற்றிக் கொண்டிருக்கிறது!

சுகதேவ் : *நான் இப்போது அவளைத் திருமணம் செய்து தீர வேண்டும் அப்பா - சம்மதிக்க மாட்டார் அந்தஸ்து குறைந்து விடும் என்பார் ! இதற்கு என்ன செய்யலாம் சொல்லும்!*

வேதாளம் : *சிக்கலான பிரச்சினைதான் - பாளையக்காரர் மகன் - திருசங்குவின் மகள் - இருவருக்குமிடையே நிறைய வித்தியாசம்! ஆனால் காதலோ தெய்வீகமானது. அதையும் மறுத்துவிட முடியாது! - ஆங்! எனக்கு ஒரு யோசனை தோன்றுகிறது!*

சுகதேவ் : *என்ன - என்ன? திருசங்கு ! நீரும் கேளும்!*

வேதாளம் : *அப்பாவுக்கு உங்களைத்தவிர பிள்ளையில்லை ஆகையால் அவர் உங்களை வெறுத்துவிட முடியாது. - அதற்காக திருமணத்துக்கு சம்மதம் கொடுப்பாரா என்று கேட்டால், அதுவும் தர மாட்டார் ! அதற்கு ஒரே வழிதானிருக்கிறது. பெண்ணை வெளியூருக்கு அழைத்துக்கொண்டுபோய், ரகசியமாக திருமணத்தை முடித்துவிட வேண்டும். திருமணம் முடிந்த பிறகு அப்பா சிறிது கோபமடைவார் - பிறகு தானே சமாதான மடைந்துவிடுவார் ! விஷயம் சுலபமாக முடிந்துவிடும்.*

சுகதேவ் : *ஆங் மிகவும் சரியான யோசனை ! வேதாளத்தின் மூளையிலே மட்டும் உதிக்கக் கூடிய வெற்றிகரமான யோசனை என்ன திருசங்கு !*

திருசங்கு : *தங்களிஷ்டப்படி நடக்கிறேன் தம்பி!*

சுகதேவ் : *அப்படியானால் உடனே நடக்கவேண்டியதை கவனிப்போம்.*

வேதாளத்தின் விகாரமான முகம் விசாலமாகிறது
பயங்கரமான கண்களிலே இன்னும் அதிக ஒளி குவிகிறது.
"முட்டாள்கள் என்னிடம் வந்து யோசனை கேட்கிறார்களே:
நான் எனக்கு சாதகமாகத்தானே யோசனை சொல்வேன் !
வேதாளம்! வெற்றி அழைக்கிறது உன்னை வேகமாய் நட !"
என்று அவன் வாய் தனக்குள் முணுமுணுத்துக் கொள்கிறது.

காட்சி - 32 : வேங்கைபுரம்

வீரர்களின் பாசறை. . . மதுக்கிணணங்களும் அதை ஏந்தி நிற்கும் மங்கையர்களும்! இதழிலே மதுக்கிண்ணங்களை வைத்தபடி அவர்களின் மடியிலே படுத்திருக்கும் போர் வீரர்கள். வீரர்களின் நிலையே இதுவானால் - சேனாதிபதியின் நிலை எப்படியிருக்கும். பட்டுமெத்தை - அதிலே சாய்ந்து கிடக்கும் வெற்றிவேலன். தலை தூக்க முடியாத அளவுக்கு போதை. நாவு எப்படி அசைகிறது என்பதை உணர முடியாதபடி வெறியுணர்ச்சி. அவனைச் சுற்றிப் பெண்கள் அவர்கள் மீது சுழலும் அவன் கண்கள். அவனது சிவந்த விழிகளை வெற்றி கொள்ளும் பாவையரின் பவள இதழ்கள். வேலையும், வாளையும் ஏந்தி களம் புகுந்து பகைவரின் தலைகளைக் கையிலே ஏந்தும் வீரர்கள், மதுக்கிண்ணங்களை ஏந்தி - மலரடிகளை வருடிக் கிடந்தனர். தளபதி வெற்றிவேலனின் பிறந்த நாளாம் அன்று! அதை அவ்வளவு சிறப்பாகக் கொண்டாடுகிறார்கள். ஆட்டமும், பாட்டும். கூத்தும், கூவலும், காதற்பேச்சும். காமச்சேட்டையும், சேனைத் தலைவனின் பிறந்த நாள் விழாவுக்கு மெருகேற்றின .

"ஆயிரங் கிண்ணம் மதுவும் சரி; உன் அதர பானம் ஒரு துளியும் சரி" என்று வீரர்கள் புகழ்ந்தனர்.

"யானையின் மத்தகம் போன்ற உன் தோளிலே சாய்வது தான் எத்தனை சுகம் எனக்கு" என்று பெருமூச்சு விட்டனர் அழகிகள்.

கோலாகாலம் ! கொண்டாட்ட வாத்தியம்! கும்மாளம்! குதூகலம் ! அனைத்தையும் காதில் வாங்கியபடியே அங்கே யொருவன் கிடக்கிறான். கடுமையான தண்டனைக்கு உட்பட்டு!

"முத்தாயி! முத்தாயி!" என்று அவன் வாய் புலம்பியபடியிருக்கிறது. தளபதியின் இருப்பிடத்திற்கு அருகாமையிலே - வீரர்களின் கொண்டாட்டக் கூட்டத்திற்கு எதிர்புறத்திலே - விலங்கு பூட்டப்பட்டு துடித்துக் கொண்டிருக்கிறான் முத்தன். அவனது உடலிலேயிருந்து வியர்வை மழை பொழிந்த வண்ணமிருக்கிறது குனிந்த நிலையிலிருந்து அவனால் நிமிர முடியாதபடி கையும், காலும் சங்கிலியால் பிணைக்கப்பட்டிருக்கிறது. கழுத்திலே தாங்கமுடியாத வலி. அந்த வலியைப் போக்கும் வலிமை வாய்ந்த கரம் இங்கில்லை; பழுதூரில் திருசங்குவின் வீட்டில் இருக்கிறது. இடுப்பை வெட்டி எறிந்து விட்டாலும் பரவாயில்லையே என்று எண்ணுகிற அளவுக்கு சொல்லொணாத வேதனை. ஒவ்வொரு எலும்பிலும் ஒரு ஈட்டி பாய்ச்சப்பட்டு, நரம்புகளிலே ஊசியேற்றப்பட்டு, தசைகளை யெல்லாம் உளியால் செதுக்கினால் எப்படியிருக்குமோ - அப்படியிருந்தது அவனுக்குக் கஷ்டம்!

"முத்தாயி" என்று புலம்புவது மட்டுமே அவனுக்கு ஆறுதலாகயிருந்தது.

காட்சி - 33 : பழூதூர் அஞ்சல்மனை

வேதாளம், அஞ்சற் பையைப் பிரித்து உள்ளேயிருக்கும் ஓலைகளைக் கவனித்தபடி யிருக்கிறான். திடீரென ஒரு ஓலையின் மீது அவன் கண்கள் பாய்கின்றன.

"ஆங்! அகப்பட்டுக்கொண்டார்கள் " என்று குதித்தபடி அந்த ஓலையைப் படிக்கிறான்.

ஓலையாவது

"அன்புள்ள திருசங்குவுக்கு சுகதேவ் எழுதியது. வேங்கைபுரத்திற்கு அருகில் ஐம்பது கல் தூரமுள்ள ஆனந்த நகரில் தங்கியிருக்கிறேன். இங்குள்ள கண்ணாடி மாளிகையை நமது திருமணத்திற்காக ஏற்பாடு செய்திருக்கிறேன். நீர் உடனே முத்தாயியை அழைத்துக் கொண்டு இங்கு வந்து சேரவும். தருமணத்திற்கான ஏற்பாடுகள் அனைத்தையும் முடித்துவிட்டேன். உடனே புறப்படவும்.

"சுகதேவன் "

ஓலையைப் படித்து முடித்ததும் வேதாளத்திற்கு பூரிப்பு பொங்குகிறது. அதே சமயம் அவன் உள்ளத்தில் சூழ்ச்சி உருவாகிறது என்பதை அவன் விகாரமுகத்தில் எழும் ரேகைகள் விளக்குகின்றன.

"சுகதேவுக்கும் - முத்தாயிக்கும் திருமணம்! - வேதாளத்தின் யோசனைப்படி! வெற்றிவேலனின் ஜெயத்திற்காக நான் போட்ட திட்டம் பாதி நிறைவேறிவிட்டது. பாவம் - எலிப்பொறியைத் தேடிவரும் எலிகள்: சுகதேவ் திருசங்கு!

வேதாளம்! உனக்குச் சரியான பரிசு காத்திருக்கிறது. வெற்றிவேலனின் கையிலே முத்தாயி - வேதாளத்தின் கையிலே முத்துக் குவியல் ! சபாஷ்! சபாஷ்!"

வேதாளம் துள்ளி எழுகிறான்.

காட்சி - 34 : திருசங்கு வீடு

ஒரு மூலையிலே உட்கார்ந்து கன்னங்களைக் கண்ணீரால் குளிப்பாட்டிக் கொண்டிருக்கிறாள் முத்தாயி ! - அப்போது திருசங்கு நுழைகிறான். அவன் கையிலே சுகதேவ் எழுதிய கடிதம் இருக்கிறது. அதை மறைத்து வைத்துக்கொள்கிறான்.

திருசங்கு *: முத்தாயி ! முத்தாயி ! என்னம்மா இப்படி வருத்தமாகவே யிருக்கிறாய்?. . .*

முத்தாயி *: காரணமா கேட்கிறீர்கள்?*

திருசங்கு *: நீ சந்தோஷமாகயிருக்க வேண்டுமென்று தானே நான் இவ்வளவு கஷ்டப்படுகிறேன்.*

முத்தாயி *: அப்பா!*

[பேசமுடியாமல் திணறி அழுகிறான்]

திருசங்கு *: இப்போது என்னம்மா வந்துவிட்டது! ஆறுதலாக இரு.*

முத்தாயி *: மல்லிகைக் கொடியின் வேரை அறுத்து விட்டு, அதன் மலருக்கு நீரூற்றி என்னப்பா பயன்?*

திருசங்கு *: வேரை, நான் அறுக்கமாட்டேன் அம்மா! பயப்படாதே - உன் இஷ்டப்படியே நடக்கும். எல்லாம்*

முத்தாயி *: அப்பா !*

திருசங்கு : *உற்சாகமாயிரு! உன் கவலையெல்லாம் நீங்கும். மடத்திலே குருபூஜை வேறு நடக்கப்போகிறது. ஊரெல்லாம் ஒரே கொண்டாட்டமாயிருக்கும். நீயும் குதூகலமாயிரம்மா!*

முத்தாயி : *ஒளிக்குப் பக்கத்திலேயிருந்தாலும் நிழல் இருளாகத்தானிருக்கும். உற்சாக நிகழ்ச்சிகள் எவ்வளவு இருந்தாலும், என் உடைந்த உள்ளத்திற்கு மருந்தேது தந்தையே!*

திருசங்கு : *மகளே ! நான் செய்த தவறுகளை மறந்து விடு. பாழும் பொருளாசையால் பைத்தியக்காரன் போல நடந்துவிட்டேன். உங்கள் தூய்மையான அன்பைத் துண்டாட நினைத்த இந்த துரோகியை மன்னித்துவிடம்மா!*

முத்தாயி : *அப்பா!*

[என்று கதறி தந்தையின் காலைக் கட்டிப் பிடித்துக் கொள்கிறாள்.]

திருசங்கு : *அழாதே - உன்னையும், முத்தனையும் சேர்த்து வைக்க தீர்மானித்துவிட்டேன். உடனே புறப்படு!*

முத்தாயி : *எங்கேயப்பா?*

திருசங்கு : *கேளம்மா! நீ முத்தனைக் காதலிக்கிற விஷயம் பாளையக்காரருக்குத் தெரிந்துவிட்டது. சுகதேவனுக்கும் உனக்கும் திருமணம் நடப்பதை விரும்பாத பாளையக்காரர் உன்னை உடனே முத்தனுக்கு மண முடிக்கும்படி கட்டளையிட்டுவிட்டார்!*

முத்தாயி : ஆகா ! அவர்கள் சுயநலம் என் சோகத்தைத் துடைத்துவிட்டது !

திருசங்கு : முத்தனை விடுதலை செய்யுமாறு பாளையக்காரர் கேட்டுக்கொண்டிருக்கிறார். அவர்களும் அவனை விட்டுவிடுவார்கள்.

முத்தாயி : வந்துவிடுவாரா அவர்?. . .

திருசங்கு : இங்கு வரமாட்டான். பாளையக்காரர் உத்திரவு என்ன தெரியுமா?. . .

சுகதேவன், உன்னைத் தூக்கிப்போய் கல்யாணம் செய்திட முடிவு செய்திருக்கிறான். அதிலிருந்து தப்புவதற்கு, உடனே நாமிருவரும் ஆனந்தபுரம் என்ற ஊருக்கு செல்லவேண்டும். அங்கே முத்தன் வருவான். உங்கள் திருமணம் முடிந்துவிடும். எல்லா ஏற்பாடுகளையும் உன் நன்மைக்காக பாளையக்காரரே கவனிக்கிறார்.

முத்தாயி : அப்பா!. . என்னையே என்னால் நம்பமுடியவில்லை. இந்த இன்பமான செய்தியைக் கொண்டு வந்த உங்களை வணங்குகிறேன். நான் ஏதாவது வேகத்தில் பேசியிருந்தாலும் மன்னித்து விடுங்கள்!

திருசங்கு : சரியம்மா ! உடனே ஆனந்தபுரம் புறப்பட ஏற்பாடுகளைக் கவனிப்போம்.

முத்தாயி : வேறு என்ன வேலையப்பா அதைவிட, எனக்கு !

புறப்படத் தயாராகிறார்கள். வண்டியும் வாசலில் வந்து நிற்கிறது. முத்தாயி களிநடனம் புரிந்தபடி காதலனைக் காண பயணமாகிறாள்.

காட்சி - 35 : வேங்கைபுரம் தளபதி மாளிகை

தளபதியின் கையிலிருக்கும் இறகு பேனா எதையே கிறுக்கிக் கொண்டிருக்கிறது. சில நேரங்களில் நெஞ்சிலே விழும் கீறல் ஏட்டிலும் விழுவதுண்டு. அதனால்தான் போலும், வெற்றி வேலன் - " முத்தாயி முத்தாயி" என்றுகிருக்கிக் கொண்டிருக்கிறான். அப்போது ஒரு வீரன் வந்து வணங்கி நிற்கிறான்.

வெற்றிவேலன் *: என்ன?*

வீரன் : *வேதாளமாம் - தங்களைக் காண அனுமதி கேட்கிறார்.*

வெற்றிவேலன் *: வேதாளமா? வரச்சொல் - வரச்சொல்!*

வீரன் வெளியே போகிறான். தளபதியின் ஆவல் வீறிட்டெழுகிறது. வேதாளம் உள்ளே நுழைகிறான்.

வேதாளம் *: அன்பு தங்கிய பிரபுவே ! அடியேன் வணங்குகிறேன்.*

வெற்றிவேலன் *: வாரும் வேதாளம்! வெற்றியோடுதான் வந்திருப்பீர் என எண்ணுகிறேன்.*

வேதாளம் *: வெற்றியின் ஆரம்பம்தான் பிரபு! நமது புறா, புது வேடனிடம் சிக்க இருக்கிறது.*

வெற்றிவேலன் *: என்ன - என்ன - ?*

வேதாளம் : *முத்தாயி பற்றித்தான் சொல்லுகிறேன். முத்தன் என்கிற மரக்கிளையிலே இருந்த புறா, நீங்கள் வைத்த கண்ணியிலே விழாமல் - இப்போது, சுகதேவன் என்கிற வேடனின் குறிக்கு இலக்காகித் தவிக்கிறது!*

வெற்றிவேலன் : *அப்படியா? இனிமேல் எனக்கு நம்பிக் கையில்லை.*

வேதாளம் : *கேளுங்கள் புயலடித்தாலும் - புறா - அந்தக் கிளையை விட்டுக் கிளம்பாது. அதனால், வேடன் குறி பார்ப்பதற்குள், கிளையை வெட்டி விட்டால் புறாவும் கிளையும் நீங்கள் வைத்த கண்ணியிலே விழுந்துவிடும். பிறகு கிளையை எடுத்து எறிந்து விட்டு, அந்தத் தங்கப் புறாவை தங்கள் புறாவாக்கிக் கொள்ளலாம்.*

வெற்றிவேலன் : *சொல்லும். புரியும்படி சொல்லும் -*

வேதாளம் : *சொல்கிறேன். சுகதேவனுக்கும், முத்தாயிக்கும் ஆனந்தபுரம் கண்ணாடி மாளிகையிலே திருமணம் நடக்கப்போகிறது. நீங்கள், முத்தனிடம் இந்த விஷயத்தைச் சொல்லி, அவனைத் தந்திரமாக ஆனந்தபுரம் அனுப்பவேண்டும். அவன் போனால் அவனுடன் முத்தாயி கிளம்பி விடுவாள் ! - பிறகு நாம் பார்த்துக் கொள்ளலாம். உடனே முத்தனை அனுப்புங்கள் !*

வெற்றிவேலன் : *சரி! நீர் சற்று மறைவாக இரும்! நான் முத்தனை அழைக்கிறேன். ஏ. யாரங்கே? (வீரன் வந்திட) உடனே முத்தனை இங்கு கொண்டு வா! (வீரன் போகிறான்)*

முத்தன் கட்டப்பட்டிருக்கும் இடம்.

நில விலங்கிலிருந்து சற்று தண்டனையைத் தளர்த்தி, விலங்குமட்டும் பூட்டப்பட்டு முத்தன் அடைக்கப்பட்டிருக்கிறான். அவனை வீரன் வந்து அழைத்துச் செல்கிறான். முத்தன் தளபதியின் அறையில் நுழைகிறான். வேதாளம் அங்கில்லை.

வெற்றிவேலன் : வா - முத்தா! வா ! நல்ல வாலிபனே ! உன்னை நான் மிகவும் கஷ்டப்படுத்தி விட்டேன். முதலில் உன்னை நான் கண்டபோதே, குறுகுறுத்த உன் கண்களும் - பரபரப்பான உன் உடல் அசைவுகளும் - என் கருத்தைக் கவர்ந்தன. ஆனால் பாளையக்கார பலதேவரின் பேச்சைக் கேட்டுக் கொண்டு உன்னை அதிகம் துன்புறுத்தி விட்டேன். அதற்காக மிகவும் வருந்துகிறேன்.

முத்தன் : அய்யா! திடீரென்று மாறி விட்டீர்களே! நான் திக்கற்றவன் என்பதை எப்படி உணர்ந்தீர்கள்? தெய்வமும் வந்து சொல்லியிருக்க முடியாதே!

வெற்றிவேலன் : மனிதனுக்கு மனச்சாட்சி என்று ஒன்றிருக்கிறது. மனிதன் மிருகமாக மாறும்போது அந்த மனச்சாட்சி புழுவாக மாறி அடங்கிக் கிடக்கும். மிருகத்தன்மை தோல்வியடையும் நேரத்தில் புழுவாகிப் போன மனச்சாட்சி புள்ளி மயிலாக எழுந்து நடனமாடும் ! அந்த ஆட்டத்திலே தான் உண்மையின் அழகு ஒளிவிட ஆரம்பிக்கிறது.

முத்தன் : ஆகா! சிறப்பான கருத்து. இந்த இடத்திலேயும் பிறக்கிறது - சேற்றிலே செந்தாமரை முளைப்பது போல்!

வெற்றிவேலன் : முத்தா! என் கண்ணை திறந்துவிட்ட நிகழ்ச்சி எது தெரியுமா? உன் அன்புக் காதலி முத்தாயியை சுகதேவன்

பலவந்தமாக மணம் புரிய போகிறான். இந்தச் சேதி கேட்டதும் உன்பால் எனக்கு அன்பு ஏற்பட்டது. உனது காதலி உன் உதவியை எதிர்பார்த்து ஊசலாடிக் கொண்டிருக்கிறாள். நீ உடனே போகவேண்டும் அவளைக் காப்பாற்ற வேண்டும்.

முத்தன் : *உண்மையாகவா?*

வெற்றிவேலன் : *ஆமாம். ஆனந்தபுரம் கண்ணாடி மாளிகையிலே திருமணம்! அவள் ஆவி பிரிவதற்கு முன் நீ ஓடு ! முத்தா ! ஒன்று சொல்லுகிறேன். நீயும் முத்தாயியும் என் பாதுகாப்பில் இந்த ஊரிலேயே குடும்பம் நடத்தலாம்! - அதற்கென்ன இப்போது அவசரம் - உடனே போ ! உன் உயிரனையாளைக் காப்பாற்று ! - உங்களின் உண்மைக் காதல் மலர் என்னால் உதிர்ந்து போவானேன்?*

முத்தன் : *மிகவும் நன்றியுடையவன் அய்யா நான் !*

வெற்றிவேலன் : *இளைஞனே ! இப்போதே ஓடு ! இழந்த காதலைப் பெற்றிடு!*

முத்தன் வணங்கிவிட்டு அறையை விட்டு வெளியேறுகிறான். அவனுக்கு ஒரே குழப்பம். அதற்குள் தளபதியின் அறையில் ஒரு சிரிப்பு சப்தம் கேட்கிறது. முத்தன். ஒளிந்து நின்று கவனிக்கிறான். உள்ளே தளபதியும், வேதாளமும் பேசிக் கொண்டிருக்கிறார்கள்.

வேதாளம் : *சபாஷ் பிரபுவே! மிகவும் நன்றாக நடித்து விட்டீர்கள்.*

வெற்றிவேலன் : *சரியானபடி ஏமாந்து விட்டான் பயல்! வேதாளம்! அடுத்த ஏற்பாடு என்ன?*

வேதாளம் : அடுத்ததா? சொல்கிறேன். முத்தன் எப்படியும் மீட்டு விடுவான். இருவரும் தப்பி ஓடி வருவார்கள். அப்போது நமது குதிரை வீரர்கள் சிலர் அவர்களைத் தாக்க வேண்டும் - முத்தனை விட்டு முத்தாயியைப் பிரித்து - அவளைத் தங்களிடம் கொண்டு வந்துவிட வேண்டும். முத்தன் - காதலி போன இடம் தெரியாமல் தவிப்பான். எக்கேடாவது கெட்டுப் போகிறான் நமக்கென்ன?

வெற்றிவேலன் : சரி, அப்படியானால் முத்தாயியைத் தூக்கிவர உமது தலைமையிலேயே குதிரை வீரர்களை அனுப்புகிறேன்.

வேதாளம் : சந்தோஷம்! நானும் உடனே புறப்பட்டு ஆனந்தபுரம் செல்கிறேன் ! ஏனெனில் முத்தாயியை உயிரோடு உங்களுக்குத் தரவேண்டுமல்லவா?

வெற்றிவேலன் : சரி, வேதாளம்! இதையெல்லாம் கேட்டுக் கொண்டிருந்த முத்தன் ஒரு தீர்க்கமான முடிவுடன் அதை விட்டுப் போய்விடுகிறான்.

காட்சி - 36 : ஆனந்தபுரம் கண்ணாடி மாளிகை

[இரவு நேரம்]

திருமணத்திற்கான ஏற்பாடுகள் எல்லாம் நடைபெறுகின்றன. கண்ணாடி மாளிகையின் உச்சியிலே சுகதேவ் நின்று கொண்டு முத்தாயி வருகையை எதிர்பார்த்திருக்கிறான். வாயிற்புறத்தில் குதிரை வண்டி வந்து நிற்கிறது. அதிலிருந்து திருசங்கும், முத்தாயியும் இறங்குகிறார்கள். முத்தாயி மேலே நிற்கும், சுகதேவனைப் பார்க்கவில்லை. அவள் சந்தோஷமுடன் உள்ளே செல்லுகிறாள். அதற்குள் மாளிகையிலிருந்து கீழே இறங்கி வந்து விட்ட சுகதேவன் அவர்களை கூடத்தில் சந்திக்கிறான் சுகதேவனைக் கண்டதும் முத்தாயிக்கு தூக்கிவாரிப் போடுகிறது. உலகமே சுழலுகிறது அவளுக்கு ! மயக்கமுற்றுக் கீழே விழுந்து விடுகிறாள்.

சுகதேவ் : என்ன என்ன?

திருசங்கு : ஒன்றுமில்லை. உங்களைப்பார்த்த அதிர்ச்சியில் மயக்கம் வந்துவிட்டது ! சந்தோஷத்தால் இருதயம் படபடக்கு மல்லவா தம்பி!

சுகதேவ் : ஆமாம் ஆமாம் எனக்குகூட இப்போது அப்படித்தான் அடித்துக் கொள்கிறது!

திருசங்கு : சரி - நீங்கள் மேலே போங்கள் ! நான் பிறகு வருகிறேன்.

சுகதேவ் மேலே போய்விடுகிறான், ஆனந்தமாகப் பாடிய படியே! மாளிகையின் ஒரு அறையிலே மயக்கம் சிறிது

தெளிந்து கண்விழிக்கிறாள் முத்தாயி! அவள் விழிகளில் நீர்வீழ்ச்சிகள் கொட்டுகின்றன. பக்கத்திலேயிருக்கும் திருசங்கு, தன் கையிலே வைத்துள்ள ஆபரணங்களை அவளிடம் காட்டுகிறான்.

திருசங்கு : முத்தாயி - இவைகளைப் பார் ! முத்தும் பவளமும் ரத்தினமும் வைரமும் பதித்திட்ட ஆபரணங்கள் ! பளபளக்கும் பட்டாடை! ஜொலிக்கும் வைரம்! - மதிப்பு வாய்ந்த ரத்தினம் ! - பெண்ணே! இவைகள் எல்லாம். . . . . .

முத்தாயி : உங்கள் மானத்திற்குத் தரப்பட்ட விலை! - உங்கள் மகள் மீது வீசப்படும் வலை !

முத்தாயி, அந்த ஆபரணங்களைக் கீழே தட்டி விடுகிறாள். அவைகள் இறைந்து சிதறுகின்றன.

திருசங்கு : சொல்வதைக் கேள்!

முத்தாயி : எதுவும் சொல்ல வேண்டாம்! எல்லாம் விளங்கிவிட்டது. சிப்பியே முத்தைக் கொண்டுவந்து சேற்றில் போடுகிறது. செந்தாமரைக் கொடியே, இதழ்களை உதிர்த்து எருமைக்குத் தருகிறது.

திருசங்கு : அழகாகப் பேசுவது பெரிதல்ல. நீ இப்படிப் பேச காரணமாயிருக்கிற கல்வி, நான் பாடுபட்ட திரவியத்தால் கிடைத்தது உனக்கு - காதல் கீதல்னு கண்டபடி கத்துகிறாயே . . . அந்த முத்தன் உன்னுடைய அழகைத்தான் காதலிக்கிறான். ஞாபகமிருக்கட்டும் - பாளையக்காரர் மகன் எந்த அழகுக் காகத் தவங்கிடக்கிறானோ, அந்த அழகான உடல், நான் வளர்த்தது - நான் வளர்த்தது! எனக்கு துரோகம் பண்ணாதே.

முத்தாயி : சே ! உங்கள் மகளிடமா இப்படிப் பேசுகிறீர்கள்?

திருசங்கு : மகள்! மகளாயிருந்தால் தகப்பனுடைய மனதை இப்படி எரிய விடுவாளா? நீ மகளாயிருந்தால் ஒரு வயதான தகப்பன். வாஞ்சையுள்ள - தகப்பன் - வறுமையிலே பல நாள் கஷ்டப்பட்டவன் இப்போது வாழ்ந்து பார்க்கலாமென்று நினைக்கிறேனே - அதற்குத் துணை புரிவோம் என்று எண்ண மாட்டாயா?

நான் வாழ்வதற்காக - உன்னையென்ன; தீயிலா குதிக்கச் சொல்லுகிறேன்? பெரிய தியாகமா பண்ணச் சொல்லுகிறேன்? தேடக் கிடைக்காத இடம் - அந்த இடத்து தெய்வமாக வைத்துப் போற்றுகிறேன் என்கிறான். நீ தேம்புகிறாய் - விம்முகிறாய் - புலம்புகிறாய் - புத்தியற்றவளே!

முத்தாயி : அப்பா - ஒரே ஒரு உதவி செய்யுங்கள் என்னைக் கொன்று விடுங்கள் !

திருசங்கு : கொல்வதற்காக இவ்வளவு செலவழித்து வளர்க்க வேண்டியதில்லை உன்னை !

முத்தாயி : வளர்த்ததற்காக, உயிரோடு வைத்துக் கொல்லுகிறேன் என்கிறீர்களா? அப்பா ! என்னை சித்ரவதை செய்யாதீர்கள் - உங்கள் மகள் கேட்கும் கடைசி வேண்டுகோள் - வெளியிடும் இறுதியான ஆசை - என் வாழ்வை நெருப்பாக்கி விடாதீர்கள் அப்பா !

திருசங்கு : எத்தனையோ ஆசைகளை உனக்கு நான் நிறைவேற்றி யிருக்கிறேனே - நீ தான் எனது முதலும் கடைசியுமான இந்த ஆசையைப் பூர்த்தி செய்யக் கூடாதா?

முத்தாயி : பல முறை உனக்கு இளநீர் வாங்கியிருக்கிறேன். ஒரு முறை உன் தலையில் விழுகிறேன் என்று தென்னை மரம் சொல்வதற்கும் - நீங்கள் சொல்வதற்கும் என்னப்பா வித்தியாசம்?

திருசங்கு : சீ - அதிகப் பிரசங்கி ! - அடங்கிக்கிட! - காலையிலே உனக்கும், இளவரசருக்கும் திருமணம். தயாராகிக்கொள் !

திருசங்கு வேகமாகப் போய் விடுகிறான் அதை விட்டு. முத்தாயி அங்கேயே சுருண்டு விழுகிறாள். தெரு பக்கமாகப் போன திருசங்கு அங்கே வேதாளம் வருவதைப் பார்க்கிறான். வேதாளத்தைக் கண்டதும் அவனுக்கோர் புது நம்பிக்கை பிறக்கிறது. அவனது யோசனைப்படி தானே ஆனந்தபுரம் கண்ணாடி மாளிகையில் ரகசிய திருமணத்திற்கு ஏற்பாடு செய்யப்பட்டது. ஆகவே திருசங்கு ஆவலுடன்

திருசங்கு : வாருங்கள். நல்ல சமயத்தில் வந்தீர்கள்.

வேதாளம் : என்ன திருசங்கு எல்லாம் நல்லபடி ஏற்பா டாகி விட்டதல்லவா?

திருசங்கு : ஏற்பாடுகள் எல்லாம் சரி. ஒரே ஒரு குறை தான்.

வேதாளம் : என்ன அது?

திருசங்கு : சுகதேவை மணந்திட முத்தாயி மறுக்கிறாள்.

வேதாளம் : சரி தான் போ ! சாப்பாடு தயார். சோறு தான் இல்லை என்பது போல் இருக்கிறது இது ! இருவருமே ஒன்றுபட்ட காதலர்கள் என்றீர்களே முன்பு!

திருசங்கு : முத்தாயி ஒரு முரட்டுப் பெண் ! அவள் பிடிவாதத்தை என்னால் மாற்ற முடியவில்லை நீங்கள் தான் எப்படியாவது. . . . . .

வேதாளம் : முயற்சிக்கிறேன் இப்போது அவள் எங்கேயிருக்கிறாள்.

திருசங்கு : உள்ளே தானிருக்கிறாள்.

வேதாளம் : சரி நீங்கள் யாரும் வராதீர்கள் நான் அவளை சரி செய்கிறேன் !

திருசங்கு : நான் அதிர்ஷ்டசாலி தான் - எப்படியாவது அவளை நல்வழிக்கு அழைத்து வாருங்கள்.

வேதாளம், முத்தாயி இருக்குமிடத்திற்குச் செல்கிறான். திருசங்கு. படிகளில் ஏறி சுகதேவிடம் போய் விடுகிறான். முத்தாயி தரையில் விழுந்து கிடப்பதை வேதாளம் பார்க்கிறான்.

வேதாளம் : முட்டாள் பெண்ணே! எழுந்திரு! ஏன் இப்படிப் படுத்திருக்கிறாய்? பேசமாட்டாயா? சரிதான் துக்கப்பட இதுதான் நேரமா? கடல் குமுறிக் கொண்டிருக்கிறது - நீ என்னமோ கட்டு மரத்தில் உட்கார்ந்து ஒப்பாரி பாடிக்கொண்டிருக்கிறாயே! ஆக வேண்டியதைப் பார். அன்புள்ள சிறுமியே! அழுவதால் ஆபத்தைக் கரைத்துவிட முடியாது!

முத்தாயி வேதாளத்தைப் பார்த்து எழுந்து உட்காருகிறாள்.

வேதாளம் : ஏன் அழுகிறாய்?

முத்தாயி : ஊர் சிரிக்கிறது ! நான் அழுகிறேன் !

வேதாளம் : உண்மைதான் ஆனாலும் கொழுந்து மனம் படைத்த கோதையே - கொந்தளிப்பிலிருந்து மீள்வதற்கு இன்னும் வாய்ப்பு இருக்கிறது என்பதை உணருவாய்!

முத்தாயி : மீள்வதற்கு வாய்ப்பா?

வேதாளம் : ஆமாம், வாய்ப்புத்தான் உன் விடுதலைதான்! வேதனை விலகுகிறது என்ற அறிகுறி தான், வேதாளத்தின் வடிவத்திலே வந்திருக்கிறது.

முத்தாயி : என்ன சொல்கிறீர்கள்?

வேதாளம் : முத்தனும் நானும் எவ்வளவு நேசமுடன் பழகினோம் என்பது உனக்குத் தெரியாது. நீ கொடுத் தனுப்பிய பொன்னை சுமதி, வாயில் போட்டுக் கொண்டு விட்டாள் ! முத்தன் பாசறை சிறையில் அடைக்கப்பட்டு விட்டான். நான் அரும்பாடு பட்டு சேமித்து வைத்திருந்த திரவியத்தைக் கொடுத்து, இப்போது அவனை மீட்டு விட்டேன்.

முத்தாயி : ஆ! என் முத்தன் விடுதலை அடைந்து விட்டாரா?

வேதாளம் : அய்யோ, பரிதாபத்துக்குரிய பாவையே களங்கமில்லாத உனக்கு இவ்வளவு கஷ்டங்கள் வரலாமா? இன்னும் கேள் இன்பச் சேதியை ! உன் அப்பன் - கொடியவன் உன்னை ஏமாற்றி இந்த திருமணத்தை ஏற்பாடு செய்தான் என்பது எனக்குத் தெரிந்தது - உடனே ஓடி வந்தேன் உன்னைக்

காப்பாற்ற! கல்யாண விருந்தினன் போல வந்து என் நண்பனின் காதலியை விடுவிக்க முயலுகிறேன்!

முத்தாயி : அய்யா, நீங்கள் பல்லாண்டு வாழ்க. . . . .

வேதாளம் : இந்த அக்கிரம உலகத்தில் ஏனம்மா ஆயுள் நீளவேண்டும் அது தொலையட்டும் - இதைக்கேள் இளஞ்சிட்டே ! இன்றிரவே முத்தன் இங்கு வருவான் - நீ அவனுடன் புறப்பட்டு வந்துவிடு!

முத்தாயி : அவர் வருவாரா?

வேதாளம் : வராமல் இருப்பானா? ஜாக்கிரதை - மிகவும் தந்திரமாக நீங்கள் இருவரும் வெளியேறவேண்டும். சரி. நான் அதிக நேரம் தாமதிக்கக் கூடாது. வெளியே சென்று வேண்டியதைக் கவனிக்கிறேன்.

முத்தாயி : உங்களை எப்படி நான் வாழ்த்துவேன்! நீங்கள் பரோபகாரி - நல்லவர் - உண்மையின் உருவம் - உத்தம சிரேஷ்டர்.

வேதாளம் : உலகத்திற்கு நல்லது கெட்டது தெரிய வில்லையம்மா - ஜாக்கிரதை - நான் வருகிறேன்.

வேதாளம் வெளியேறுகிறான். வேதாளத்தின் வருகையை எதிர்பார்த்துக் கொண்டிருந்த திருசங்கு - ஆவலுடன் "என்ன ஆயிற்று" என்று வினவுகிறான். " வெற்றிதான்" என்று வேதாளம் கூறியதும் திருசங்குவிற்கு ஆனந்தம் தாங்கவில்லை. இருவரும், சுகதேவ் இருக்குமிடத்திற்குச் செல்லுகிறார்கள். சுகதேவ் வேதா அத்தை மிகமிக

உற்சாகமுடன் வரவேற்கிறான். இங்கே நிலைமை இப்படியிருக்க - முத்தன் என்ன ஆனான் என்று பார்ப்போம்.

காட்சி - 37 : ஆனந்தபுரம்

ஆனந்தபுரத்தின் ஆற்றங்கரையோரமாக ஒரு வயதான கிழவன் கம்பூன்றி நடந்து வந்துகொண்டிருக்கிறான். அவனது வெண்ணிறத் தாடி நிலவிலே அசைந்தாடியபடி யிருக்கிறது. கூரிய கண் படைத்த அவனுக்கு காதுகளும் மிகக் கூர்மை போலும்! ஏனெனில், சில குதிரைகள் கனைக்கும் சப்தத்தைக் கேட்டு ஒரு மரத்துக்குப் பின்னே ஒளிந்துகொள்கிறான். சப்தம் வந்த திக்கை நோக்கிப் பார்க்கிறான். நாலைந்து குதிரைகள் கட்டப்பட்டிருக்கின்றன. அதன் பக்கத்திலே சில வீரர்கள் ஒளிந்த நிலைமையில் அமர்ந்து யாரையோ எதிர்பார்த்துக் கொண் டிருக்கிறார்கள். கிழவனும் - அங்கு என்ன நடக்கப் போகிறது என்பதை இமை கொட்டாமல் கவனிக்கிறான். குதிரைகள் இருக்குமிடத்தை நோக்கி ஒரு மனிதன் மெதுவாக நடந்து வருகிறான். அவன் வேதாளம்தான் ! அவனைக் கண்டதும் வீரர்கள் எழுந்து நிற்கிறார்கள். வேதாளம் மெல்லிய குரலில் பேசுகிறான்.

"முத்தாயி எப்படியும் வெளியேறிவிடுவாள். ஏனெனில் அவளுக்குத் திருமணம் பிடிக்கவில்லை. முத்தனும் அவளும் இந்த ஊரைக் கடந்துசெல்ல இதைத்தவிர வேறு வழியில்லை. நாம் மிகவும் கவனிப்பாக இருக்கவேண்டும். முத்தாயியை மட்டும் தூக்கிக்கொண்டு கிளம்பி விடுவோம் - எல்லோரும் விழிப்பாக இருங்கள். "

இவைகளை யெல்லாம் மரத்தடியில் ஒளிந்திருந்த கிழவன் நன்றாகக் கேட்டுக்கொள்கிறான்.

பிறகு மெதுவாக அங்கிருந்து நழுவி நடக்க ஆரம்பிக்கிறான். அந்த மங்கலான வெளிச்சத்திலும் அவனால் வேகமாக நடந்து செல்ல முடிகிறது. அவன் போய்க்கொண்டே யிருக்கிறான்.

கடைசியாக அவனது கால்கள் - கண்ணாடி மாளிகைக்குப் பின்புறமுள்ள ஒரு தோட்டத்தின் பக்கத்தில் போய் நிற்கின்றன. கூனலாயிருந்த அவனது முதுகு நிமிர்கிறது. கண்ணாடி மாளிகையை நெருங்குகிறான் கிழவன். மாளிகையின் பலகணிப் பக்கமாக தொங்கிக் கொண்டிருக்கிற பெரிய கொடிகளைப் பிடித்துக் கொண்டு மேல் நோக்கி ஏறுகிறான். அப்படி ஏறும் முயற்சியிலே வெற்றியும் பெற்றுவிடுகிறான். மாளிகையின் உட்புறத்திலே அந்தக் கிழவன் இறங்கி விடுகிறான். மெதுவாக நடக்கிறான் பூனை போல! - ஒரே அமைதி - முத்தாயி இருக்கும் அறையின் பக்கம் வந்துவிடுகிறான். இந்த சமயத்தில் திருசங்குவும் - சுகதேவனும் மாளிகை மேற்புறத்திலே என்ன செய்துகொண்டிருக்கிறார்கள் தெரியுமா? நிலவைப் பார்த்துக்கொண்டு நிற்கிறார்கள்.

சுகதேவ் : ஆகா! இந்த அழகான நிலாவெளிச்சத்திலே இன்றைய தினம் உம்முடன் நின்றுகொண்டிருக்கிறேன். நாளையதினம் நானும் முத்தாயியும் இந்தத் தேன் நிலவை அனுபவிப்போம்.

திருசங்கு : நீங்களும் - நானும் அதிர்ஷ்டசாலிகள் தான் தம்பி ! நான் உங்களை மருமகனாகப் பெற்றேன் - நீங்கள் என் மகளை மனைவியாகப் பெற்றீர்கள்.

சுகதேவ் : அதிலென்ன சந்தேகம் - இந்த நிலவுகூட அதைத்தான் சொல்லுகிறது.

திருசங்கு : சரி தம்பி - இங்கேயே இருங்கள் - நான் போய் முத்தாயி தூங்கிவிட்டாளா என்று பார்த்து வருகிறேன்.

சுகதேவ் : ஆமாம். தூங்காவிட்டால் தூங்கச் சொல்லும். நாளைக்கு நான் தூங்கவிடமாட்டேன் - பேசிக் கொண்டேயிருப்பேன்.

திருசங்கு கீழேயிறங்கிப் போகிறான்.

அங்கே, முத்தாயி இருக்கும் அறைக்குள்ளே கிழவன் நுழைந்துவிடுகிறான். அவனைக் கண்ட முத்தாயி திடுக்கிடுகிறாள்.

"முத்தாயி! பயப்படாதே - நான்தான் முத்தன்" என்கிறான் கிழவன். முத்தாயி அவனைக் கட்டிக்கொண்டு 'அத்தான்' என்று இன்பச் சொல்லுதிர்த்து கண்ணீர் விடுகிறாள்.

முத்தன் : பேசிக்கொண்டிருக்க நேரமில்லை புறப்படவேண்டும் உடனே.

முத்தாயி : நீங்கள் வருவீர்கள் என்று வேதாளம் சொன்னார்.

முத்தன் : வேதாளம் ! விஷப்பாம்பு அவன். முத்தாயி எப்படியாவது சுகதேவனை நீ இங்கே வரும்படி செய்யவேண்டும்.

முத்தாயி : சுகதேவனையா? ஏன்?

முத்தன் : ஏன் தெரியுமா? நாம் இப்போது வெளியேறுவதென்றால் சாதாரணமல்ல - நம்மைச் சுற்றி ஆபத்து காத்திருக்கிறது.

அந்த சமயத்தில் திருசங்கு வரும் சப்தம் கேட்கிறது. காலடி ஓசை கேட்டதும், முத்தன் அங்குள்ள திரை மறைவில் ஒளிந்து கொள்கிறான். திருசங்கு, முத்தாயி விழித்துக் கொண்டிருப்பதைப் பார்த்து,

திருசங்கு : *முத்தாயி, இன்னும் தூங்கவில்லை?*

முத்தாயி : *தூக்கம் வரவில்லையப்பா ! யோசனையில் ஆழ்ந்திருக்கிறேன்.*

திருசங்கு : *என்னம்மா யோசனை?*

முத்தாயி : *அந்த வேதாளம் வந்து - எனக்கு அறிவு புகட்டி விட்டார் - இத்தனை நாளும் புத்தி கெட்டுப் போய் அந்த முத்தனை நம்பியிருந்தேன்.*

திருசங்கு : *மகளே !நீ தான் பேசுகிறாயா? - ஆகா - வேதாளம் சொன்னது சரிதான் - முத்தாயி! உன்னைப் பெற்ற பயனை இப்போதே அடைந்தேன்.*

முத்தாயி : *அப்பா ! ஒரு உதவி செய்வீர்களா?*

திருசங்கு : *ஆயிரம் செய்வேன் - சொல்லு?*

முத்தாயி : *காலையில் எனக்கும் சகதேவருக்கும் திருமணம்! இப்போது நான் அவரை சந்தித்து சில விஷயங்கள் பேச வேண்டும்! அவரைப் பார்க்க வேண்டுமென்று மனமும் துடிக்கிறது!*

திருசங்கு : என் ஆசை மகளே ! இதுவா பிரமாதம் - இப்போதே அனுப்புகிறேன்.

திருசங்கு, அதைவிட்டு வேகமாக மேல் மாளிகைக்குப் போகிறான், சுகதேவிடம்

திருசங்கு : தம்பி! என் தங்கமகள் இன்னும் தூங்கவில்லை.

சுகதேவ் : ஏன்?

திருசங்கு : ஏங்கிக் கொண்டிருக்கிறாள் - தங்களைக் காண வேண்டுமென்று !

சுகதேவ் : அப்படியா?

திருசங்கு : இப்போதே உங்களைப் பார்க்க வேண்டுமாம்.

சுகதேவ் : ஆகா என் காதல்தேவி ! - இதோ வருகிறேன். நெருப்பும் பஞ்சும் நெருங்கியிருந்தால் சும்மாயிருக்குமா? மாமா! நீர் நன்றாகத் தூங்கலாம் - நான் வருகிறேன் -

சுகதேவ், உடனே கண்ணாடியிடம் சென்று தன்னை அலங்காரம் செய்து கொண்டு புறப்படுகிறான் இதற்குள் முத்தன், முத்தாயியிடம் சொல்ல வேண்டியவைகளை சொல்லிவிட்டு மாளிகையை விட்டு வெளியேறி விடுகிறான். முத்தாயி, சுகதேவின் வருகைக்காக காத்திருக்கிறாள். சுகதேவும் ஆனந்த சாகரத்தில் மூழ்கி உள்ளே நுழைகிறான். அவனைக் கண்டதும் அவள் எழுந்து மரியாதையுடன் தலை குனிந்து நாணமுடன் ஒரு மூலையில் போய் நிற்கிறாள்.

சுகதேவ் : கண்ணே! என்னை ஏன் அழைத்தாய்? அட - அட பேசமாட்டாயா? இவ்வளவு வெட்கமா உனக்கு?

முத்தாயி : வெட்கம் ஒன்றுமில்லை. பெண்களுக்கு இயற்கையாக ஏற்படும் நாணம்.

சுகதேவ் : வா - அருகில் வந்து உட்கார் !

முத்தாயி : ஊஹூம் ! - அதெல்லாம் திருமணமான பிறகு?

சுகதேவ் : திருமணந்தான் ஆகப்பேகிறதே - முத்தாயி என்மிது உனக்கு இவ்வளவு பிரியம் இருக்குமென்று நான் நினைக்கவேயில்லை.

முத்தாயி : அதிருக்கட்டும் உங்களிடம் ஒரு சேதி பேச வேண்டும்.

சுகதேவ் : சேதியா? - காதலன் - காதலி - கட்டிலறை - சிற்றின்பக் கூடாரமே தவிர சேதி பேசும் இடமல்ல கண்ணே !

முத்தாயி : இந்தக் கிண்டல் எல்லாம் செய்யக் கூடாது.

சுகதேவ் : என்ன பேச வேண்டும் - பேசு!

முத்தாயி : ஆண் பெண் சமத்துவத்தைப் பற்றி தங்கள் அபிப்பிராயம் என்ன?

சுகதேவ் : ஆண் பாதி ! பெண் பாதி ! ஆணும் பெண்ணும் அர்த்த நாரீசுவரர் களாகவே சிருஷ்டிக்கப்பட வேண்டும்

என்பது என் கொள்கை. நான் ஆண்டவனாயிருந்தால் அப்படித்தான் செய்வேன்.

முத்தாயி ஆகா சுருக்கமாக சொல்லி விட்டீர்கள் சிக்கலான பெரும் விஷயத்தை ! உங்களை அடையும் பாக்கியம் பெற்ற பெண் அதிர்ஷ்டசாலி தான்! - இன்னு மொன்று கேட்க வேண்டும்

சுகதேவ் : *கேள்!*

முத்தாயி : *அதை நான்கேட்டு - நீங்கள் உடனே சொல்ல முடியாது! - நீண்டநேரம் பேசவேண்டும்.*

சுகதேவ் : *பேசுவோம் - பரவாயில்லை. உன்னுடன் பேசுவதைத் தவிர எனக்கு வேறென்ன இன்பம் இருக்கிறது?*

முத்தாயி அருமையான நிலவு - இருவரும் ஆற்றங் கரைப்பக்கம் போய் சுவையான கதைகளைப் பேசு வோமே!

சுகதேவ் : *ஆகா - நினைத்ததைச் சொன்னாய் - வா! புறப்படு என் கண்ணே!*

முத்தாயி : *உஸ் - தொடக்கூடாது. இதெல்லாம் நாளைக்கு ! வாருங்கள் போகலாம்.*

சுகதேவ் : *தயாராயிருக்கிறேன்.*

முத்தாயி : *ஆணும் பெண்ணும் சமம் என்றீர்களே; நீங்கள் பெண் உடையிலும் நான் ஆண் உடையிலும் செல்லலாமா?*

சுகதேவ் : *அய்யோ பெண் உடையிலா?*

முத்தாயி : *பார்த்தீர்களா - பெண் என்றால் இழிவா?*

சுகதேவ் : *இல்லை இல்லை யாராவது பார்த்தால் வெட்கமாகயிருக்கும்.*

முத்தாயி : *யாருக்கும் தெரியாமல் ரகசியமாகத்தானே போகப் போகிறோம் - நீங்களும் நானும் ஒருயிரும் ஈருடலும் என்கிறபோது - நீங்கள் என் ஆடைகளையும் - நான் உங்கள் ஆடைகளையும் அணிந்து கொள்வதிலே என்ன தவறு!*

சுகதேவ் : *தவறேயில்லை! தங்க கட்டியே ! நீ சொல்வது போலவே செய்கிறேன்.*

சுகதேவ், தன்னுடைய ஆடைகளை கழற்ற ஆரம்பிக்கிறான். அவளும் திரைமறைவிலே சென்று தன் ஆடைகளைக் கழற்றி அவனிடம் வீசுகிறான். இருவரும் உடைமாற்றிக் கொள்கிறார்கள் சுகதேவ், பெண்ணாகவும் - முத்தாயி, ஆணாகவும் தோன்றுகிறார்கள். பிறகு, இருவரும் யாருக்கும் தெரியாமல் மாளிகையின் பின்புறம் வழியாக ஆற்றங்கரையை நோக்கிச் செல்லுகிறார்கள். ஆற்றங்கரையிலே காத்திருக்கும் குதிரைவீரர்கள் யாராவது அப்பக்கம் நடமாடுகிறார்களா என்று கவனித்தபடி உலவுகிறார்கள். அவர்கள் கண்ணிலே ஒரு ஆணும் பெண்ணும் வருவது தெரிகிறது. அவர்கள் யாருக்காக வழிமேல் விழி வைத்திருந்தார்களோ அந்த முத்தாயி வந்துவிட்டாள் என்று பூரிப்படைகிறார்கள்.

ஒருவீரன் : *முத்தன் - முத்தாயி இருவருமே வருகிறார்கள்.*

மற்றவன் : சரி புறப்படுங்கள்.

குதிரைகள் தடதடவெனக்கிளம்புகின்றன. சுகதேவும் முத்தாயியும் நடந்து செல்லும் பாதையில் அவர்களை குதிரைவீரர்கள் வளைக்கின்றனர். சுகதேவ் ஓடுகிறான் குதிரைவீரர்கள் அவனை விடுவார்களா? பாவம் - அவன் தான் முத்தாயி உடையிலே இருக்கிறானே - சுகதேவ் பெண் எனக் கருதப்பட்டு பிடிக்கப்படுகிறான். முத்தாயி அதைவிட்டு ஓடிவிடுகிறாள். வீரர்களும் அவளைப் பின் தொடரவில்லை. பிடிபட்ட சுகதேவின் வாய் கட்டப்படுகிறது - குதிரையிலே தூக்கிவைத்துக் கொண்டு வீரர்கள் புறப்படுகின்றனர். முத்தாயியை தன்னுடைய தலைவனின் பள்ளியறை விருந்தாகக் கொண்டு போகிறோம் என்பது அந்த அப்பாவிகளின் நினைப்பு.

ஆண் உடையிலே இருக்கும் முத்தாயி, ஆற்றங்கரை யோரத்திலே வந்து தன் காதலனைத் தேடுகிறாள். ஒரு புதரிலிருந்து முத்தன் புறப்பட்டு அவளிடம் வருகிறான்.

முத்தன் : முத்தாயி!

முத்தாயி : அத்தான் - அருமையாக அமைந்து விட்டது நாடகம்? இனி அடுத்தது என்ன?

முத்தன் : முத்தத்திற்குப் பிறகே முழுதும் சொல்லப் படும். அதோ பார் - நிலவும் மேகமும் தழுவிக் கொள்வதை!

இருவரும் வானத்தைப் பார்க்கிறார்கள் முகிலும் நிலவும் முத்தமிடுகின்றன.

காட்சி - 38 : தளபதி மாளிகை

தளபதி வெற்றிவேலனின் பாசறை மாளிகை. அங்கே பள்ளியறையில் உலவிக் கொண்டிருக்கிறான் வெற்றிவேலன். முத்தாயி வந்துவிடுவாள். வந்ததும் இந்த லோகத்தை மறந்துவிடலாம் என்று மனக்கோட்டை கட்டிக் கொண்டு அலைகிறான் அங்குமிங்கும்.

"முத்தாயி! உனக்காக நான் மட்டுமா காத்திருக்கிறேன் - அதோ வானத்து சந்திரிகையும் காத்திருக்கிறது. கோலப் பெண்ணே! குளிர் மொழிப் பாவாய்! ஏன் இன்னும் வராமலிருக்கிறாய் . . . அந்தக் குகிரை வீரர்கள் மண்டுகளா? அல்லது புரவிகள்தான் என் அவசரம் புரியாதவைகளா? எவ்வளவு நேரம்! எவ்வளவு நேரம்! அப்போதே சொன்னேன் - ஆனந்த புரத்துக்கும், தலைநகருக்கும் ஒரு குறுக்குப் பாதை போடவேண்டுமென்று! இந்த அசட்டு ராஜா கேட்டிருந்தால் - இப்போது எவ்வளவு சீக்கிரம் வந்திருக்க முடியும் என் முத்தாயி!"

இப்படி உளறியபடியே உலவிக்கொண்டிருக்கும் அவன் காதில், குதிரைகள் ஓடிவரும் குளம்படிச் சப்தங்கள் கேட்கின்றன. பரபரப்புடன் வெளியே கிளம்புகிறான் வெற்றிவேலன். மாளிகையின் முன்புறத்துக்கு ஓடுகிறான் குதிரைகள் வந்து நிற்கின்றன. குதிரையின்மீது இருக்கும் பெண்ணின் மேல் அவன் பார்வை விழுகிறது.

"முத்தாயி வந்துவிட்டாயா?" என்ற ஒரே வெறிப் பாய்ச்சலுடன் அவளைப் போய்த் தூக்கிக் கொண்டு, பள்ளியறைப் பக்கம் ஓடுகிறான் பெண்ணின் உடலைத் தூக்கிக் கொண்டிருக்கிறோம் என்ற உணர்ச்சியிருந்தாலே; கனம் தெரியாது போலும். மஞ்சத்திலே கொண்டு போய்

அவளைப் படுக்கவைத்தான். பள்ளியறைக் கதவைத் தாளிட்டான். இரண்டு மதுக் கிண்ணங்களை எடுத்து அருகிலே வைத்துக் கொண்டான். "முத்தாயி. முத்தாயி" என்று அன்பு ததும்ப அழைத்தான் அவள் இப்பக்கம் திரும்பவே யில்லை. அவளது வாய் கட்டப்பட்டிருப்பதை உணர்ந்தான்.

"ஆகா - உனது பொன்மொழி சிந்தும் இதழ்களை யார் மூடியது? இந்தக் குதிரைக் காரப் பயல்கள் - முட்டாள்கள்!" என்றபடி வாய்க் கட்டை அவிழ்ததுவிடான். அவ்வளவுதான் உடனே கரகரத்த குரலில், சுகதேவ் அழுவதற்குத் தொடங்கினான். வெற்றிவேலன் திடுக்கிட்டுப் போய். சுகதேவை கூர்ந்து கவனித்தான். ஆம் - முத்தாயி அல்ல! சுகதேவ்தான்! வெற்றிவேலனுக்கு ஆத்திரம் தாங்க முடியவில்லை, சுகதேவை பலமாக அறைந்துவிடுகிறான்.

சுகதேவ் : *அய்யா பிரபுவே! என்னை அடிக்காதீர்கள்.*

வெற்றிவேலன் : நீ எப்படி இங்கு வந்தாய்?

சுகதேவ் : நானும் முத்தாயியும் அவள் ஆணாகவும், நான் பெண்ணாகவும் வேஷம் போட்டுக்கொண்டு - ஆற்றங்கரை யோரத்திலே - ஆனந்தமாக விளையாடுவதற்குச் சென்றோம். அப்போது ஏற்பட்டது பிரபு இந்த ஆபத்து.

வெற்றிவேலன் : முட்டாள் ! வெளியில் சொல்லாமல் ஓடு - இதைவிட்டு!

சுகதேவ் : கண்ணே முத்தாயி! நல்ல வேளை, நீ தப்பி விட்டாய் - நீ எங்கு போனாயோ - நான் உன்னை எங்கு கண்டு தேடுவேன்?

வெற்றிவேலன் : இங்கு நிற்காதே. ஓடு

சுகதேவன் பயந்து நடுங்கி அதைவிட்டு ஓடி விடுகிறான்,

காட்சி - 39 : பாழடைந்த கோவில்

முத்தனும், முத்தாயியும் - ஒரு பாழடைந்த கோயிலின் மண்டபத்தில் உட்கார்ந்து கொண்டிருக்கிறார்கள். எதிர் காலத்தைப் பற்றிய சிந்தனையில் அவர்கள் ஆழ்ந்திருக்கிறார்கள்.

முத்தாயி : தாங்கள் வந்து என்னை விடுவிப்பீர்கள் என்ற செய்தி எவ்வளவு மகிழ்ச்சி தந்தது தெரியுமா?

முத்தன் : உன்னை மீண்டும் அடையப் போகிறேன் என்ற உணர்ச்சி எனக்கு எவ்வளவு மகிழ்ச்சி யூட்டியது என்று உனக்குத் தெரியுமா?

முத்தாயி : இல்லை - என்னுடைய மகிழ்ச்சிதான் அதிகம்

முத்தன் : இல்லை - வைரத்தின் ஜொலிப்பைவிட அதை அணிந்து கொள்பவரின் சிரிப்பில் தான் ஜீவன் அதிகம். நீ வைரம் நான் அணிந்துகொள்பவன்.

முத்தாயி : அத்தான் - அதிருக்கட்டும்; நம்முடைய அடுத்த திட்டம் என்ன? - இந்தக் கோயிலிலேயே குடியிருப்பதா? - இந்த அழகான தேவதைகளை என்னால் பார்க்கவே முடியவில்லை.

முத்தன் : இந்த நாட்டில் எங்கிருந்தாலும் நம்மைப் பிடித்து விடுவார்கள்.

முத்தாயி : பிறகு எங்குதான் போவது?

முத்தன் : சிறுத்தையூர் போய்விட்டால் - நாம் தப்பிவிடலாம். அது வேறு நாடு - வேங்கை புரத்தானுக்கு விரோதமான நாடு! அங்கே வெற்றிவேலன் அதிகாரம் செல்லாது!

முத்தாயி : சரி - அங்கு செல்லுகிறோம் - நம்மை ஒற்றர்கள் என்று நினைத்து - அந்த நாட்டார் பிடித்து விட்டால் என்ன செய்வது?

முத்தன் : ஆமாம் - அதுவும் யோசிக்க வேண்டியதுதான்.

முத்தாயி : சரி எழுந்திருங்கள் - இருட்டுவதற்குள் எங்கேயாவது சென்று ஒருவழி பார்க்கலாம்.

இருவரும் அதைவிட்டுப் புறப்படுகிறார்கள்.

காட்சி - 40 : வேதாளத்தின் அஞ்சல்மனை

வேதாளம் ஓலைகளைப் பிரித்து அடுக்கிக் கொண்டிருக்கிறான். அஞ்சலோடி பக்கத்திலே அமர்ந்து வேறு காரியங்களில் ஈடுபட்டிருக்கிறான். வேதாளம் ஒரு ஓலையை அவசரமாகப் பிரிக்கிறான். அது :

"அன்புள்ள திருசங்குவுக்கு சுகதேவ் எழுதியது. முத்தாயி என்னிடமிருந்து பிரிக்கப் பட்டு விட்டாள். அவளைத் தேடிக் கண்டுபிடிக்கும் வரையில் ஊருக்குத் திரும்பமாட்டேன். அவளைக் கண்டுபிடிப்பேன். இல்லாவிட்டால் சந்யாசியாகி விடுவேன். அவளை எனக்கு மண முடிக்க நீர் இவ்வளவு கஷ்டப்பட்டும் முடியாமல் போய்விட்டது. பிற பின்னர்.

"சுகதேவன்"

அந்த ஓலையை எடுத்துக்கொண்டு, வேதாளம் புறப்படுகிறான். அவனது சூழ்ச்சி மூளை மீண்டும் வேலை செய்யத் தொடங்கி விட்டதை அவனது கழுகுப்பார்வை நன்றாக உணர்த்தியது. எங்கே இவ்வளவு வேகமாகவும் ஆனந்தமாகவும் போகிறானோ தெரியவில்லை - பொறுத்திருந்து பார்ப்போம்.

காட்சி - 41: திருசங்கு வீடு

வேதாளம், திருசங்கு வீட்டின் கதவைத் தட்டுகிறான். திருசங்கு வெளியே வருகிறான். அவன் முகம் வாட்டமாகயிருக்கிறது.

திருசங்கு *: என்ன சமாச்சாரம்?*

வேதாளம் *: நல்ல சமாச்சாரம்தான் - திருசங்கு! பாளையக்காரர் மகனை நீ ஏமாற்றிக் கெடுத்துவிட்டாய் என்று உன்மீது வழக்கு ஏற்பட்டால் என்ன செய்வாய்?*

திருசங்கு *: வழக்கா?*

வேதாளம் *: ஆமாம் - அதற்கு இதோ ஆதாரம்! சாமியாராகப் போய்விடப் போகும் சுகதேவின் ஓலையே சாட்சி !*

திருசங்குவிடம் கடிதத்தைக் காட்டிவிட்டுத் தன் கையிலேயே பத்திரப்படுத்திவிடுகிறான்.

திருசங்கு *: எனக்கு ஒன்றுமே புரியவில்லையே - நான் நினைத்ததைப் போலவும் நடக்கவில்லை போலிருக்கிறதே. அப்படியானால் முத்தாயி எங்கே போனாள்?*

வேதாளம் *: எங்கு போனாளோ. என்ன சொல்லுகிறாய்! பலதேவரிடம் இந்த ஓலையைக் காட்டட்டுமா - அல்லது என்னை நல்லது செய்து கொள்கிறாயா?*

திருசங்கு *: என்னய்யா எரியும் தீயில் எண்ணெய் ஊற்றுகிறீர்.*

வேதாளம் : திருசங்கு - தீயை அணைப்பதாயிருந்தால். எனக்கு நூறுபொன் தரவேண்டும். இல்லையேல் இது பலதேவரிடம் காட்டப்படும். பாளையக்காரர் குடும்பத்திலே சம்மந்தம் நடத்த சூழ்ச்சிசெய்தாய் என்ற குற்றச்சாட்டுக்கு ஆளாவாய் - என்ன பதில் சொல்லுகிறாய்?

திருசங்கு : ஒரு பதிலுமில்லை. நீ எதுவேண்டுமானாலும் செய்துகொள் - நானே ஒரு முடிவுக்கு வந்துவிட்டேன்.

வேதாளம் : அப்படியானால் வந்ததை அனுபவித்துக் கொள். மகளைக் காட்டி மாளிகையைப் பிடிக்க எண்ணினாய். . . என் செய்வது எண்ணியபடி நடந்தால் ஈசன் ஒன்றேது. தூண்டில் போட்டாய் பெரிய மீனைப் பிடிக்க . . . பாவம் தூண்டியிலேயிருந்த சிறிய மீனும் துள்ளிப் பாய்ந்து விட்டது.

திருசங்கு : சூழ்ச்சிக்காரா! நீ ஏன் இதில் வீணே தலையிடுகிறாய் . . . போ உடனே!

வேதாளம் : பிறகு யார் தலையிடுவது? பலதேவர் குடும்பத்தைக் கெடுக்க சல்லடம் கட்டிக் கொண்டு நிற்கிறாய் சண்டாளன் நீ ! விஷயம் தெரியாத இளைஞனை ஏமாற்றி விவாக சுப முகூர்த்தமா நடத்துகிறாய் . . . ரகசிய கல்யாணம் கண்ணாடி மாளிகை . உன்னையெல்லாம் விடக்கூடாது. சூதுக்காரன் ! வஞ்சகன்! குடும்பங் கெடுப்பவன் ! பெண்ணைக் காட்டி கண்ணை மறைக்கும் பேய் - உன்னை என்னபாடு படுத்துகிறேன் பார் !

வேதாளம் போய்விடுகிறான். திருசங்கு கலங்கிப் போய் வீட்டுக்குள் திரும்புகிறான். எத்தனையோ பேராசைக் கோட்டைகள் எல்லாம் இடிந்து தூளாகிக் கிடக்கின்றன அவன் முன்னே! பொன்னகருக்குச் செல்ல அவன் அமைத்த

நூலேணி சுக்கல் சுக்கலாக அறுந்து போய்விட்டது. மகளை மாளிகை ராணியாக்கி மகிழலாம் என காத்திருந்தான். இப்போது மாளிகையின் வாயிற்படி ஏறிடக்கூட அவனுக்கு உரிமையில்லை. அவனைச் சுற்றிலும் பயங்கர மேகங்கள் இருளைப் பொழிகின்றன. அவன் இருதயம் படபடவென அடித்துக் கொள்கிறது. மங்கிப் போய்விட்ட அவனது கண்கள் வீட்டின் உத்திரத்தை கூர்ந்து பார்க்கின்றன. அவனது கையிலே ஒரு அழுத்தமான கயிறு. அதை உத்திரத்தில் கட்டுகிறான். கதவைத் தாளிடுகிறான்.

"ஆகாயமளாவ ஆசைப்பட்டேன். என் ஆசையெல்லாம், இந்த அழுத்தமான கயிற்று வளையத்துக் குள்ளேயே அடங்கி விட்டது" என்று கூறிக் கொள்கிறான். அவ்வளவு தான்; சாவின் மீது பாய்ந்து விட்டான். இனி மேல் அவனை யாரும் குற்றவாளி என்று கூறி கூண்டில் நிறுத்த முடியாது. பலதேவரின் பகையும் அவனை ஒன்றும் செய்ய முடியாது.

காட்சி - 42 : பாளையக்காரர் அரண்மனை

பாளையக்காரர், கோபாவேசமாக அங்கு மிங்கும் உலவிக் கொண்டிருப்பதிலிருந்து இந்தக் காட்சி துவங்குகிறது. வேதாளம், பக்கத்தலே நின்றுகொண்டிருக்கிறான். திருசங்கு, சுகதேவைக் கெடுத்து தன் மகளைக் கொடுக்க முயற்சித்த செய்திகளையெல்லாம் வேதாளம் பாளையக்காரரிடம் சொல்லிவிட்டான் போலும் இல்லாவிட்டால் பாளையக்காரர் அவ்வளவு கொதிக்க வேண்டியதிலலை.

பலதேவர் : திருசங்கு . . . வரட்டும் அவன் இங்கே - என்ன பாடுபடுத்துகிறேன். நல்லவனைப்போல நடந்து நரிவேலை நடத்தியிருக்கிறானே - நயவஞ்சகன்!

வேதாளம் : நல்லவர்களை இந்தக் காலத்தில் நம்பக் கூடாது.

பலதேவர் : சரி - சுகதேவனை எப்படிக் கண்டுபிடிப்பது?

வேதாளம் : அது ஒன்றும் பெரிய காரியமில்லை. . . நான் கண்டுபிடிக்கிறேன்.

பலதேவர் : எவ்வளவு பொருள் அழிந்தாலும் சரி என் மகனை என்னிடம் அழைத்துவந்தால் போதும். சுகதேவ் வராவிட்டால் - ராணி இறந்தேவிடுவாள் !

வேதாளம் : சுகதேவ் காணாமற்போன செய்தி யாருக்கும் தெரியவேண்டாம். நானே தந்திரமாகக் கண்டு பிடித்துவந்து தங்களிடம் ஒப்படைக்கிறேன்.

பலதேவர் : மிகவும் நன்றி. செலவுக்காக ஐநூறு பொன் தருகிறேன். சுகதேவ் கிடைத்துவிட்டால், உமக்குப் பரிசாக ஐநூறு பொன் தருகிறேன்.

வேதாளத்தினால் பேச முடியவில்லை. நல்ல வேளையாக மயக்கமடைந்து விடாமல் சமாளித்துக்கொண்டான். ஆயிரம் பொன்னல்லவா கிடைக்கப்போகிறது அவனுக்கு !

வேதாளம் : பெருமைமிகு பிரபுவே! பரிசுக்காகவா நான் பாடுபடப் போகிறேன். பாளையக்காரர் குடும்பத்துக்கு நான் செய்யவேண்டிய கடமையைச் செய்யாவிட்டால் பாபமல்லவா பாம்பாக வந்து கடிக்கும்.

பலதேவர் : நன்றியுள்ளவனே ! கடவுள் நமக்குத் துணை புரியட்டும். சென்றுவா!

வேதாளம், மாளிகையை விட்டு வெளியேறுகிறான் அவன் இதய அலையின் ஓசையைக் காது கொடுத்து கேளுங்கள்.

"துன்பம் துணையோடு வரும். இன்பம் தனியாக வரும் என்கிறார்களே: அது தவறு. வேதாளத்தின்மீது இன்பம் எறும்பு வரிசை போலல்லவா படையெடுக்கிறது! பலருடைய வேதனையிலேதான் ஒருவன் வளமாக வாழ முடிகிறது இந்த உலகத்திலே நானும் உல்லாசமாக வாழ்வேண்டாமா? ஒருவனை அடித்துத்தான் ஒருவன் சாப்பிடுகிறான். ஈ. சிலந்திக்கு ஆகாரம். சிலந்தி, பல்லிக்கு ஆகாரம். பல்லி, பூனைக்கு ஆகாரம். பூனை குறவருக்கு ஆகாரம் அதேவழிதான். என் வழியும்! நானும் மனிதன் எனக்கும் சந்தோஷம் வேண்டும் - சகல சௌபாக்யங்களும் வேண்டும். வேகமாகப் போகும் என்னுடைய வளர்ச்சி, ஒருவேளை என்னை பழுதூரின் பாளையக்காரனாகக்கூட ஆக்கிவிடலாம்.

போக பூமியிலே உழன்ற புத்தன் - காலக்கோளாறால் போதிமரத்தடிக்குப் போனான். புல்லேந்திக் கிடந்தவன் ஜகம்புரட்டும் சாணக்கியனானான்! வேதாளத்தின் முயற்சிகள்; பௌர்ணமிகாலத்திலே சந்திரனைத் தொட எழும்பும் சமுத்திரத்தின் அலைகளல்ல! கருமேகத்திலிருந்து பூமியைத் தொட முனையும் நீர்த்துளிகள். ஒரு குளிர்காற்றுதான் தேவை! கொட்டும், மழை ! குவியும் அதிர்ஷ்டம்!" பேசிக்கொண்டே போய்விடுகிறான்.

காட்சி - 43 : அடைக்கலபுரி பட்டினம்

ஒரு தனவணிகர் வீட்டுத் தாழ்வாரம். அங்கே, தன வணிகரும், கையில் குழந்தையுடன் அவரது இல்லக் கிழத்தியும் இருக்கிறார்கள். அவர்களுக்கு எதிரே - ஒரு கூனன் என்று சொல்ல தக்க அளவுக்கு முதுகு வளைந்தவனும் நொண்டியுமான ஒரு பெரிய மீசைக்கார வாலிபன் நிற்கிறான். அவன் முத்தன் என்று சொல்லத் தேவையில்லை. அவனுக்கருகே முத்தாயி நிற்கிறாள்.

தனவணிகன் *:* உங்களால் என்ன வேலை செய்ய முடியும்.

முத்தாயி *:* இட்ட வேலையைத் தட்டாமல் செய்வோம்.

தனவணிகன் *:* நீங்கள் இருவருமே, வீட்டுவேலை செய்வ தாயிருந்தால் பரவாயில்லை. . .

முத்தாயி *:* ஆமாம் - அவர் நொண்டி வெளி வேலைகளை எதுவும் கவனிக்க முடியாது.

தனவணிகர் மனைவி : என் குழந்தையை நீ பத்திரமாக வளர்ப்பாயா?

முத்தாயி *:* வளர்க்கிறேனம்மா! - இதோ குழந்தை கூட என்னிடம் தாவுகிறது பாருங்கள். வாடா கண்ணா!

[குழந்தையை தூக்கிக் கொள்கிறான்]

தனவணிகர் மனைவி : உன் பெயர் என்ன சொன்னாய்; பொன்னிதானே - ?

முத்தாயி ஆமாம் அவர் பெயர்......

முத்தன் : அட நீ சொல்லாதே பாபம் - என் பெயர் பொன்னன்.

தனவணிகர் : சரி - பொன்னி, வீட்டு வேலைகளையும் குழந்தையையும் பார்த்துக் கொள்ளட்டும். பொன்னா! நீ. . . முடிந்த வேலைகளைப்பார்!

பொன்னன் : உத்திரவு.

தனவணிகர் : பக்கத்திலே ஒரு குடிசையிருக்கிறது— அதிலே குடியிருந்து கொள்ளுங்கள். உணவு இங்கே தரப்படும். ஊதியம் எதுவும் கிடையாது தனியாக! -

பொன்னி : சரி

பொன்னன் : மிகவும் வணக்கம் - சொல்லியபடி நடக்கிறோம்
.

தனவணிகர் : உம் வேலைகளை கவனியங்கள்.

காட்சி - 44

முத்தாயி தனவணிகரின் குழந்தையை மிகவும் அன்புடன் வளர்க்கிறாள். அதனுடன் விளையாடுவதும் ஆடுவதும் பாடுவதும் அவளுக்கு உற்சாகத்தைத் தருகின்றன. முத்தன் வீட்டு வேலைகளை கவனிக்கிறான். ரதம் போன்ற ஒரு சிறு வண்டியிருக்கிது. அதிலே குழந்தையை உட்கார வைத்துக் கொண்டு உல்லாச கீதம் பாடிக்கொண்டே - முத்தாயி அந்த வண்டியை கடற்கரைக்கு தள்ளிக் கொண்டு பேகிறாள். குழந்தையுடன் கடற்கரையில் விளையாடிவிட்டு இரவின் தொடக்கத்திலே வீட்டுக்கு வந்து சேருகிறாள். தனவணிகரும், அவரது இல்லாளும் தேவாலயம் சென்று சாமி தரிசனம் செய்து விட்டுத் திரும்புகிறார்கள். தேவாலயத்தின் முகப்பிலுள்ள மண்டபத்திலே ஒரு இளந்துறவி, கறுத்த தாடி மீசையுடன் அமர்ந்து தியானம் செய்து கொண்டிருக்கிறார். அவரது கண்கள் போவோர் வருவோரை கூர்மையாகப் பார்க்கின்றன. பெண்கள் யாராவது அருகே சென்றால் "முத்தாயி" "முத்தாயி" என்று ஸ்தோத்தரிக்கிறார். இப்போது அந்த சாமியார் யார் என்பது எல்லோருக்கும் புரிந்திருக்கும். காதலியைப் பறிகொடுத்த சுகதேவின் நிலைமையது ! தனவணிகரும் அவர் துணைவியும் - இளந்துறவியை வணங்கிவிட்டுச் செல்லுகிறார்கள், எல்லோரையும்போல! இளந்துறவி அங்குவந்த வேதாளத்தின் கண்ணிலும் பட்டுவிடுகிறான். வேதாளம் உடனே அதைவிட்டு மறைந்து விடுகிறான். வேதாளத்தின் விசித்திர மூளையில், எத்தகைய விஷ யோசனை பூத்திருக்கிறதோ யார் கண்டது! ஆலயத்திலிருந்து கிரும்பிய வீட்டுக்காரியிடம் குழந்தையை ஒப்புவித்துவிட்டு முத்தாயி, தன் குடிசை நோக்கிப் போகிறாள்.

குடிசையிலே முத்தன் காத்திருக்கிறான். ஒவ்வொரு நாளும் அவர்களுக்குப் புதிய நாள் தானே ! - இருவரும் தழுவிக் கொள்கிறார்கள்.

முத்தன் *: அப்பா - நீ ஒரு புதுமையான நெருப்பு.*

முத்தாயி *: என்ன - நெருப்பா?*

முத்தன் *:* ஆமாம் உன்னை நீங்கினால் சுடுகிறது. நெருங்கினால் குளிர்கிறது.

முத்தாயி *: சரிதான் வள்ளுவரே!. . .*

முத்தன் *:* எதைப்பார்த்தாலும் வருகிறது. . . உன் நினைப்புதான்

முத்தாயி *: அப்படியா?* அது ஆபத்தாயிற்றே

முத்தன் *: ஏன்?*

முத்தாயி *:* ஒரு கிழவியைப் பார்ப்பதாக வைத்துக் கொள்ளுங்கள்.

முத்தன் *:* அப்போதும் உன்னைத்தான் கற்பனை செய்வேன். கிழவியின் கூந்தலைப்போல வெள்ளை உள்ளம். அவள் முதுகின் கூனல்மாதிரி வளைந்த உன்புருவம். அவள் நடுங்கும் உடம்புமாதிரி . . . நடுங்கும் உன் தங்க உடம்பு. அவள் கையிலேயிருக்கும் ஊன்றுகோல்

முத்தாயி *: என் அத்தான்! நீங்கள்!*

முத்தன் : என் கண்ணே!

முத்தாயி : உஸ் - இது அடுக்களை!

முத்தன் : ஆணும் பெண்ணும் தனியே இருந்தால் அடுக்களை அந்தப்புரம் எல்லாம் ஒன்றுதான்.

இருவரும் இன்பகீதம் இசைக்கிறார்கள். இரவு அவர்களை வாழ்த்துகிறது.

காட்சி - 45 : அடைக்கலபுரி தேவாலயம்

மணியோசை கேட்டபடியிருக்கிறது. இளந் துறவி சுகதேவ் நிஷ்டையிலிருக்கின்றான் போலும்! முத்தாயி ஜபம் மும்முரமாக நடைபெறுகிறது. அப்போது, ஒரு நரைத்ததாடி சாமியார் அங்கு வருகிறார். இவர் யார் இந்தப் போட்டி சாமியார்? சுகதேவுக்கு வேண்டுமானால் தெரியாமலிருக்கட்டும்; நமக்குத் தெரியட்டும் - வேதாளம் தான் வெண்தாடி சாமியாக வந்திருக்கிறான் என்பது! - வேதாளம், சுகதேவிடம் வருகிறான்.

வேதாளம் : இளந்துறவியே !. . . முதலில் என் வாழ்த்துக்கள்.

சுகதேவ் : வெண் தாடிப் பெரியவரே ! உலகம் பொய்! - உமக்கு என்னவேண்டும்.

வேதாளம் : பொய்யான இந்த உலகத்தின் மெய்யான இளைஞரே! உமக்கு எவ்வூர்? உம்மைப் பார்த்தால் - ஏதோ உள்ளங்கவர்ந்த ஒரு பொருளை பறிகொடுத்தவர் போலத் தோன்றுகிறதே!

சுகதேவ் : அதிசயமனிதர் நீர் ! அகத்தில் உள்ளதை எப்படிக் கண்டீர்? - எவ்வாறு விண்டீர்? - திரிகால முணரும் தேவாமிர்தமா உண்டீர்?

வேதாளம் : தம்பி காதலில் தோற்றவன் நீ என்பது என் ஞானக்கண்ணில் தெரிகிறது - மெய்தானா?

சுகதேவ் : ஆமாம் - எப்படித்தெரியும் உமக்கு?

வேதாளம் : உத்தமர்களுக்கு உலகின் ஒவ்வொரு கோடியும் தெரியும். நீ ஓர் அரண்மனைவாசி ! ஆரணங்கின் மயக்கத்தால் ஆசிரமத்து வாசியாகி விட்டாய் - இல்லையா?

சுகதேவ் : ஆமாம் ஸ்வாமி - ஆரணங்குகளின் மயக்கம் விட்டவர்களே ஆஸ்ரம வாசிகளாக முடியுமென்பார்கள். நானோ அந்த மயக்கத்தாலே கட்டுண்டு ஆண்டியாகியிருக்கிறேன்.

வேதாளம் :அதிசயமல்ல - அரண்மனையை விட்டு ஆரண்யம் வந்தான் விசுவாமித்திரன் - அங்கும் விட்டபாடில்லை அழகிகளின் தொல்லை ! - அவன் தவத்தின் மேன்மைக்கோர் எல்லை - மேனகா பெற்ற கிள்ளை!

சுகதேவ் : ஆகா! பழுத்த அனுபவமும், கொழுத்த பக்தியும் கொண்ட தவசிரேஷ்டரே! தங்களால் தான் நான் தன்யனாக வேண்டும். வரம் தாருங்கள்.

வேதாளம் : புரிகிறது அந்த நாலெழுத்து நங்கையை நீ அடைய வேண்டும்.

சுகதேவ் : மு. . . த். . . தா . . . யி . . . ஆகா! சரியாகச் சொன்னீர் சற்குருவே! நாலெழுத்துத்தான் அந்த நாரீ மணியின் பெயர்.

வேதாளம் : அவளை உனக்கு நான் திருமணம் முடித்து வைக்கிறேன். இளம் வயதில் இந்தக் கோலம் வேண்டாம் உனக்கு ! செய்ய வேண்டிய அக்கிரம மெல்லாம் செய்து விட்டு - தள்ளாத காலத்திலே 'சிவ சிவா' என்று கூவுவதே மனிதர்க்குத் தகுதியான செய்கை!

சுகதேவ் : *(தாடி மீசைகளை கழற்றி எறிந்துவிட்டு)* என் முத்தாயி கிடைத்து விடுவாளா? தேடாமல் வந்த என் தெய்வமே முருகனுக்கும் வள்ளிக்கும் நடுவிலே வந்த நாரதனைப் போல முத்தாயிக்கும் எனக்கும் இடையிலே வந்த இறைவனது திருவருள் பெற்ற என்னய்யனே போற்றி ! போற்றி!

வேதாளம் : சரி வா என்னுடைய இருப்பிடத்திற்குப் போகலாம் - விரைவில் முத்தாயி கிடைப்பாள்.

இருவரும் ஆலயத்தை விட்டுப் புறப்பட்டு விடுகிறார்கள். சாமியாரின் உதவியால் எப்படியும் தன் காதலி கிடைத்து விடுவாள் என்ற ஆசையில் சுகதேவ் வேதாளத்துடன் போகிறான். பாவம்: சர்ப்பத்தின் வாயை சந்தனக் கிண்ணம் என எண்ணிடுபவனுக்கும் - சாமியாரை வேதாளம் என்று உணராத சுகதேவனுக்கும் என்ன வித்தியாசம்!

காட்சி - 46 : முத்தன் குடிசை

தனவணிகர் வீட்டுக்கு குழந்தையை வைத்துக் கொண்டு முத்தனும், முத்தாயியும் விளையாடிக் கொண்டிருக்கிறார்கள். அவர்களது அன்பு மொழியும் பாட்டைக் கேட்டுக் கொண்டு அந்தத்தளிரும் ஈறுகாட்டி சிரிக்கிறது - முத்தன் முத்தாயியிடம்

முத்தன் *: இதுமாதிரி நமக்கொன்று. . . !*

முத்தாயி *: இன்னும் எட்டு மாதம் பொருத்திருங்கள்.*

முத்தன் *: அப்படியா? என்னிடம் சொல்லவே இல்லையே ஆமாம்! நம் குழந்தைக்கு என்ன பெயர் வைப்பது?*

முத்தாயி *: நம் இருவர் பெயரையும் சேர்த்துவைத்து விடுவது.*

முத்தன் *: அதுதான் சரி உன்பெயர் முதல் இரண்டு எழுத்தையும் என் பெயர் கடைசி இரண்டு எழுத்தையும் சேர்த்து - உன் முதலிரண்டு எழுத்து. . . " முத்" என் கடைசி இரண்டெழுத்து "தன்" - முத்தன் !. . . சே! சே!. . . ஊஹூம் என் பெயர் முதலிரண்டு எழுத்து. . . உன் பெயர் கடைசி இரண்டெழுத்து. . என் முதலிரண்டு எழுத்து "முத்'. . . உன் கடைசி . . . இரண்டெழுத்து. . . " தாயி". . . முத்தாயி! அடாடாடா !. . . வரமாட்டேன் என்கிறதே.*

முத்தாயி *: அப்படியானால் இரண்டுபேரின் முதல் இரண்டு எழுத்துக்களையும் சேர்த்து வைத்து விடுவோம் - முத்! முத்! முத்முத்!*

முத்தன் : *தம்!*

இருவரும் அவர்களாகவே சிரித்துக் கொள்கிறார்கள்.

முத்தாயி : சரி - நேரமாகிறது. நான் குழந்தையை கடற்கரைக்கு அழைத்துப் போகவேண்டும்.

முத்தன் : சீக்கிரம் வந்துவிடு ! மழை வரும்போலிருக்கிறது.

முத்தாயி - குழந்தையை ரதவண்டியில் வைத்து தள்ளிக்கொண்டு புறப்படுகிறாள்.

காட்சி - 47 : கடற்கரை

கடற்கரையின் வெண்மணலில் குழந்தையுடன் முத்தாயி விளையாடுகிறாள். சங்குகளைப் பொறுக்கியும் - அலைக்கரங்கள் இறைக்கும் நுரைகளை அரித்து மகிழ்ந்தும் - குழந்தையும் தானும் ஒன்றாகி விடுகிறாள். வானத்திலே கருமேகங்கள் சூழுகின்றன. கடற்கரையின் ஒரு பகுதியிலே வேதாளச் சாமியாரும், சுகதேவும் வந்து கொண்டிருக்கிறார்கள். வானம் குமுறுகிறது. காற்று ஒரு மாதிரி வீசுகிறது. மின்னல்கள் கிளம்புகின்றன. முத்தாயி குழந்தையைத் தூக்கி வண்டியில் வைத்து வீடு நோக்கிப் புறப் படுகிறாள். வீடென்ன ; அருகாமையிலா இருக்கிறது. மழையும் வந்துவிட்டது. காற்றும் முற்றி விட்டது. முத்தாயி குழந்தையுடன் ஒதுங்குவதற்குக் கூட வீடுகள் எதுவுமில்லை, அவசர அவசரமாக வண்டியைத் தள்ளிக் கொண்டு ஓடுகிறாள். மழையின் காரணமாக வேதாளமும், சுகதேவும் வேகமாக நடந்து வருகிறார்கள். காற்று இன்னும் பலம் பெறுகிறது. மழைத் துளிகளோ சவுக்கின் நுனிபோல உடம்பில் தாக்குகின்றன. மலைகள் உருளுவது போல இடி குமுறுகிறது. குழந்தையோ வீறிட்டலறுகிறது. குழந்தையைத் தூக்கி மார்போடு அணைத்துக் கொண்டு ஓடுகிறாள். இந்த நிலையில் தனவணிகர் வீட்டில் குழந்தையின்னும் வரவில்லையே என்ற ஏக்கம் பிறக்கிறது. குதிரை பூட்டிய பல்லக்கு வண்டி தயாராகிறது குழந்தையைத் தேட!

மழையுடனும் காற்றுடனும் போராடி முத்தாயியின் மீது ஒரு மரமும் முறிந்து விழுகிறது. குழந்தையுடன் முத்தாயியும் கீழே விழுகிறாள். இந்த நல்ல காரியத்தை செய்துவிட்டு அந்தப் பெருங்காற்றும் ஓய்வு பெறுகிறது. அப்போது தனவணிகர் ஓட்டி வரும் வண்டி அங்கே வந்து நிற்கிறது. தனவணிகர் அவசரமாக கீழே இறங்குகிறார். குழந்தையைத் தூக்கிக் கொள்கிறார். குழந்தைக்கு உயிர் இருப்பதை உணருகிறார்.

"தெய்வமே ! இந்த ஏழையைக் காப்பாற்றினாய்" என்று பாராட்டி விட்டு அந்தச் செல்வர் தன் குழந்தையுடன் வண்டியில் போய்விடுகிறார். மரக்கிளையில் அடிபட்டுப் பேச முடியாமல் கிடக்கும் முத்தாயி தனவணிகரின் கருணை வழியும் செய்கையை பார்த்தபடி படுத்திருக்கிறாள். ஏழைகளால் வேறென்ன செய்ய முடியும்!

காட்சி - 48 : தனவணிகர் வீடு

குழந்தையுடன் தனவணிகர் உள்ளே நுழைகிறார். அவரது மனைவி குழந்தையை வாரியணைத்துக் கொண்டு ஆண்டவனுக்கு நன்றி செலுத்துகிறாள். அவளும் கேட்கவில்லை; முத்தாயி எங்கே என்று! கேட்பதற்கு ஒருவன் இருக்கிறானே உரிமை படைத்தவன் அவன் கேட்கிறான்.

தனவணிகர் : நான் போகவில்லை யென்றால் குழந்தை அவ்வளவு தான் ! காற்றில் மரக்கிளை முறிந்து விழுந்து. . .

முத்தன் : ஆ! முத்தாயி எங்கே?

தனவணிகர் : அடேடே !. . . நான் அவசரத்தில் அவளை மறந்தே விட்டேன்.

முத்தன் : மறந்து விட்டீர்கள்; என் மனைவியை மட்டு மல்ல; உங்கள் சீமான் இனம்: இரக்கமெனும் ஒரு பண்பையே மறந்து பல நாளாயிற்று!'

வேகமாக ஓட ஆரம்பிக்கிறான். வீட்டுக்காரர் கண்ணில் படும் வரையில் நொண்டி போல ஓடுகிறான். பிறகு பொன்னன் ஓடவில்லை: முத்தனே ஓடுகிறான்!

காட்சி - 49

மரத்தடியில் மயக்கமுற்றுக் கிடக்கிறாள் முத்தாயி. அந்தவழியே ஒரு பெண் வருகிறாள். அவள் மரத்தடியில் கிடக்கும் முத்தாயியைப் பார்க்கிறாள். பரபரப்புடன் ஓடிப்போய் அவளைத் தூக்குகிறாள்.

"முத்தாயி! முத்தாயி!" என்று கூப்பிடுகிறாள். முத்தாயிக்கு பேசமுடியாத நிலை. நல்ல வேளையாக அந்தப் பக்கம் குதிரை பூட்டிய ஒரு பல்லக்கு வண்டி போகிறது. அந்தப் பெண் அந்த வண்டியை நிறுத்தி - முத்தாயியை வண்டிக்காரன் உதவியுடன் வண்டியில் தூக்கிவைக்கிறாள். வண்டி வந்து நிற்பதற்கும் "முத்தாயி" என அந்தப் பெண் கூப்பிடுவதற்கும் சரியாக, அந்த சமயத்தில் அங்கே வேதாளச் சாமியாரும். சுகதேவனும் வருகிறார்கள்.

சுகதேவ் : *அதோ என் முத்தாயி!*

என்று கூறி அருகே ஓடுகிறான். உடனே வேதாளம் அவனைத் தடுத்து

வேதாளம் : புத்தியற்ற இளைஞனே ! கடவுள் இப்போதுதான் உன் காதலியைக் காட்டியிருக்கிறார். அதற்குள் துள்ளுகிறாயே . . . . . .

சுகதேவ் : ஆகா - கடவுள் மிகவும் நல்லவர். எனக்காக எவ்வளவு கஷ்டப்பட்டிருக்கிறார், கடவுளே - உனக்கு நன்றி.

வேதாளம் : பால பக்தனே! வா - இந்தப் பல்லக்கு வண்டி எங்கே போகிறதென்று பார்ப்போம்.

வண்டி போகிறது. இருவரும் மறைந்து மறைந்து பின்தொடருகிறார்கள். வண்டி கடைசியாக ஒரு சிறிய விட்டு வாயிலில் போய் நிற்கிறது. முத்தாயி உள்ளே தூக்கிச்செல்லப்படுகிறாள். வேதாளமும், சுகதேவும் அதை கவனிக்கிறார்கள்.

சுகதேவ் : *சாமீ ! நாமும் உள்ளே போகலாமா?*

வேதாளம் : *பொறு அப்பனே !*

சுகதேவ் : *பொறுக்குகிறேன்.*

வேதாளம் : *வா - - நம் இடத்திற்குப் போவோம். முத்தாயி இருக்குமிடம் தெரிந்துவிட்டது. இனி அவள் யாரைச் சேரவேண்டுமோ அவனிடம் அவளை சேர்க்க வேண்டியது என் கடமை!*

சுகதேவ் : *கடமையை விரைவில் நிறைவேற்றுங்கள் ஸ்வாமி!*

வேதாளம் : *அப்படியே ஆகட்டும்!*

இருவரும் போய்விடுகிறார்கள்.

முத்தன், கடற்கரைப் பக்கம் விழுந்துகிடக்கும் மரத்தடியில் முத்தாயியைத் தேடிவிட்டு அங்கும் காணாமல் மனமொடிந்து திரும்புகிறான்.

காட்சி - 50 : சுமதி வீடு

முத்தாயியைக் காப்பாற்றிய பெண் சுமதி - முத்தாயி இருவரும் பேசிக்கொண்டிருக்கிறார்கள்.

சுமதி : முத்தாயி ! உன்னுடைய கதையைக் கேட்கவே பயமாயிருக்கிறது. ஆனால் - இனிமேல் நீ எதற்கும் பயப்படவேண்டியதில்லை. . . நீங்களிருவரும் என் வீட்டிலேயே பத்திரமாக இருக்கலாம்.

முத்தாயி : சுமதீ. . . நீ இங்கு எப்படி வந்தாய்? - சொல்ல மாட்டாயா?

சுமதி : இதோ பார் - எப்படி வந்தேன் என்று தெரிகிறதா? (கழுத்திலுள்ள தாலியை எடுத்துக் காட்டுகிறாள்)

முத்தாயி : அடி என் கண்ணே ! உனக்குக் கல்யாண மாகிவிட்டதா? எங்கே உன் கணவர்?

சுமதி : அவருக்கு உடல்நலமில்லை. மருத்துவ மனையில் சேர்க்கப்பட்டிருக்கிறார். அவரைப் போய்ப் பார்த்து விட்டுத் திரும்பும் வழியில்தான் உன்னை அந்த நிலைமையில் கண்டேன்.

முத்தாயி : மணமாகி மஞ்சள் கயிறுகூட புதிதாக இருக்கிறது! அதற்குள் அவருக்கு உடல் நல மில்லையா?

சுமதி : ஆமாம் - அவர் ஒரு சிற்பி - கோபுரத்தின் மீது ஏறி சிற்ப வேலை செய்யும்போது கால் தவறிக் கீழே விழுந்து படுகாயமடைந்து விட்டார் - இப்போது சிறிது நலம்.

முத்தாயி : சுமதி - அன்று, உன்னைப் புரிந்துகொள்ளாமல் கோபமாகப் பேசிவிட்டேன். மன்னித்துவிடு !

சுமதி : அதையெல்லாம் மறந்துவிடுவோம்.

முத்தாயி : கல்யாணமானதும் உன்னுடைய குறும்புப் பேச்செல்லாம் எங்கேயோ ஓடி ஒளிந்துவிட்டதே!

சுமதி : எங்கும் ஒளியவில்லை அவருக்கு உடல், நலம் பெறட்டும் - பிறகு கேளேன் என் பேச்சுக்களை! முத்தாயி - என் பேச்சை நீ, 'குறும்பு' என்கிறாய். அவர் என்ன தெரியுமா சொல்கிறார்; ' கரும்பு என்கிறார்.

முத்தாயி : சரி! உன்னுடையவரைப் பற்றியே பேசிக் கொண்டிருக்காதே - கொஞ்சம் என்னுடையவரையும் கவனி.

சுமதி : இதோ - இப்போதே அந்த வணிகர் வீட்டுக்குப் போகிறேன்.

முத்தாயி : அங்கே அவருக்குப் பெயர் - பொன்னன்! - அதை மறந்துவிடாதே !

சுமதி : சரி. உன் கணவரையும் அழைத்துக்கொண்டு அப்படியே மருத்துவ மனைக்கும் போய்விட்டு வந்து விடுகிறேன். நீ சற்று தூங்கு! மிகவும் களைத்துப் போயிருக்கிறாய்.

சுமதி போய்விடுகிறாள். முத்தாயி தூங்க ஆரம்பிக்கிறாள்.

காட்சி - 51 : வேதாளத்தின் இருப்பிடம்

சுகதேவ் எங்கேயோ போய்விட்டு வந்து கதவைத் தட்டுகிறான். உள்ளே வேதாளம். தாடி ஒட்டிக் கொண்டிருக்கிறான், அருகே வெற்றிவேலனும் அமர்ந்திருக்கிறான்.

சுகதேவ் : *சாமீ! சாமீ!!*

வேதாளம் : *பொறு ! இன்னும் நிஷ்டை முடியவில்லை.*

சுகதேவ் : *கதவைத் திறவுங்கள் சாமி!*

வேதாளம் : *மூடபக்தா இரு! கடவுளுடன் பேசிக்கொண்டிருக்கிறேன்; முத்தாயி விஷயம் பற்றி!*

சுகதேவ் : *(தனக்குள்) ஆகா - கடவுளோடு பேசுகிறாரா? நாம்தான் பகவானைப் பார்க்க முடியாது; பாப ஆத்மா சாமியார் பேசும்போதாவது ரகசியமாகப் பகவானைப் பார்த்து விடுவோமே! என்று சொல்லிக் கொண்டே கதவின் ஓட்டை வழியாக உள்ளே பார்க்கிறான். அவ்வளவுதான் அவனுக்குத் தூக்கிவாரிப் போடுகிறது.*

சுகதேவ் : *அய்யய்யோ தளபதி ! வேதாளம், மறுபடியும் முருக்கமரம் ஏறுகிறது நல்லவேளை நான் பிழைத்தேன் - பிழைத்தேன் என்று அலறியபடி அதைவிட்டு ஓடுகிறான்.*

காட்சி - 52 : தனவணிகர் வீடு

தனவணிகர் வீட்டுவாயிலில் உட்கார்ந்திருக்கிறார். சுமதி வருகிறாள்.

தனவணிகர் : யாரம்மா நீ?

சுமதி : இங்கு பொன்னன் என்று ஒருவர் வேலைசெய்கிறார் அல்லவா?

தனவணிகர் : ஆமாம் - அவன் வெளியில் போயிருக்கிறான்.

சுமதி : அவர் மனைவி என்வீட்டில் இருக்கிறாள். அவர் வந்ததும் என்வீட்டுக்கு உடனே வரச் சொல்லுங்கள்.

தனவணிகர் : உன் வீடு எங்கேயிருக்கிறது.

சுமதி : அழகர் தெரு ஐம்பது எண்ணுள்ள வீடு.

தனவணிகர் : வந்தால் வரச் சொல்கிறேன் போ!

காட்சி - 53 : சுமதி வீடு இரவு நேரம்

முத்தாயி மட்டும் படுத்திருக்கிறாள். தெருவிலே ஒரு குரல். முத்தாயி எழுந்துவந்து பார்க்கிறாள். சாமியார் வேடத்திலே வேதாளம் நிற்கிறான்.

முத்தாயி : யாரய்யா என்ன வேண்டும். ?

வேதாளம் : இங்கு முத்தாயி என்பது யார்?

முத்தாயி : ஏன் - என்ன விசேஷம்?

வேதாளம் : சுமதியம்மாள் சொல்லச் சொன்னார்கள் - முத்தன் என்பவருக்கு எதிரிகளால் தாக்குதல் ஏற்பட்டு, மரணாவஸ்தையில் ஒரு வீட்டில் தூக்கிப் போட்டிருக்கிறார்கள்.

முத்தாயி : ஆ ! அத்தான்!

வேதாளம் : நீங்கள் தானாமுத்தாயி? என்னோடு வந்தால் அவரை உயிரோடு பார்க்கலாம்.

முத்தாயி : அத்தான் அத்தான் !. . . அய்யா அவர் எங்கேயிருக்கிறார் - என்னை அழைத்துப் போங்கள்.

நரியின் பின்னே மான் தொடருகிறது. வேதாளத்தின் பின்னே முத்தாயி ஓடுகிறாள். இதை ஓரிடத்தில் ஒளிந்து நிற்கும் சுகதேவன் பார்த்து செய்வதறியாமல் பெருமுச்சுவிடுகிறான்.

காட்சி - 54 : தனவணிகர் வீடு

முத்தன் சோகத்துடன் நுழைகிறான். தன வணிகர் தாம்பூலம் போட்டுக்கொண்டிருக்கிறார்.

முத்தன் *:* எங்கெல்லாமோ தேடினேன் - என் கண்மணி கிடைக்கவில்லை.

தனவணிகர் *:* எல்லாம் - கிடைத்துவிட்டாள், அழகர் தெரு, ஐம்பது எண்ணுள்ள வீட்டில் இருக்கிறாளாம்.

முத்தன் *:* ஆ*!* முத்தாயி*!* முத்தாயி*!*

(என்றலறி ஓடுகிறான். புதுப்பெயர் கேட்டு தனவணிகர் விழிக்கிறார்.)

காட்சி - 55 : வேதாளத்தின் இருப்பிடம்

உள்ளே போர்வையினால் ஒரு உருவம் மூடப்பட்டு கிடக்கிறது. வேதாளமும் முத்தாயியும் உள்ளே நுழைகிறார்கள். தன்னுடைய உயிரினுமினிய அத்தான் சாவின் ஓரத்திலே யிருக்கிறான் என்ற செய்தி கேட்டு ஓடிவரும் முத்தாயியின் அச்சம் நிரம்பியகண்கள் அந்த மூடப் பட்ட உருவத்தைக் காணுகின்றன.

வேதாளம் : அதோ உன் காதலன்.

(உருவம், முத்தாயி என முணகியபடி யிருக்கிறது.)

முத்தாயி : அத்தான் என வீறிட்டலறியவாறு அவனிடம் ஓடுகிறாள். போர்வையை நடுங்கும் கரங்களால் எடுக்கிறாள் கலகலவென சிரித்தபடி வெற்றிவேலன் எழுகிறான். வேதாளம் வெளியே போய்விடுகிறான் முத்தாயியின் நிலைமையை எபபடித்தான் எழுத்தால் சொல்லமுடியும். நான்கு பக்கமும் வேடர் சுற்றிட நடுவில் சிக்கியமான் போலாகிவிட்டாள்.

வெற்றிவேலன் முத்தாயி! முழுநிலவே. . . . . . ஏன் பயப்படுகிறாய் . . . . . . உன் அருகே !. . . . . .

முத்தாயி : தளபதி வெற்றிவேலன். நாடுகாக்க வேண்டிய நீங்கள் இப்படி நடுத்தெரு நாராயணன் ஆகிவிட்டீர்கள். . . வேண்டாம்: நான் உங்கள் சகோதரி . . . . . . விட்டு விடுங்கள்.

வெற்றிவேலன் : மலரும் வண்டும் சகோதரர் என்றால் மடையர்கள் தான் நம்புவார்கள். கண்ணே!. . .

முத்தாயி : சீ. விடு என்னை ! வெட்கங் கெட்டவனே. விஷப்புயலே! உன் காமச் சூறாவளியிலே கவிழ்ந்து விடும், மரமல்ல நான்.

வெற்றிவேலன் : திட்டு ! நன்றாகத்திட்டு! எழுத்துக்கு எழுத்து தித்திக்கிறது. திட்டு! கூண்டிலே அடைபட்ட கிளி கத்துவது கோபத்தால் அல்ல. பயத்தால். அதுவும் பழகப்பழக சரியாகிவிடும்.

முத்தாயி : நெருங்காதே.

வெற்றிவேலன் : இந்த நாட்டின் சேனைத்தலைவன் அழைக்கிறேன், என் ஆணைக்கு அடங்காதவர்கள் என்ன ஆவார்கள் தெரியுமா?

முத்தாயி : கொன்றுவிடுவாய். அவ்வளவு தானே. சாவுக்கு பயப்பட மாட்டேன். சாவு உன்னைவிடக் கோரமானதா? இல்லை. இல்லை. ஒருக்காலுமில்லை.

வெற்றிவேலன் : முத்தாயி. இரும்பு போன்ற என் கரங்களிலேயிருந்து தப்பிய மலர்கள் எதுவுமே கிடையாது! ஞாபகம் வைத்துக்கொள்!

முத்தாயி : என்னை விட்டுவிடு; அக்ரமக்காரா!

வெற்றிவேலன் : அக்ரமம் என்ற அச்சாணியிலே தான் அகில உலகமும் சுற்றுகிறது.

முத்தாயியின் கையைப் பிடித்து இழுத்து விடுகிறான். அவள் சுற்றிக் கீழே விழுகிறாள் அலறியபடியே ! - நெருங்கிய

வெற்றிவேலன் : *முத்தாயி! இனிமேல் நீ தப்பவே முடியாது - நீயாகவே இணங்கிவிடு !*

அவளைத் தொடுகிறான் - முத்தாயி எழுந்து ஓடிப்போய் கதவில் முட்டிக் கொள்ளுகிறாள்.

காட்சி - 56 : சுமதி வீடு, தெருப்பக்கம்

முத்தன் வேகமாக வந்து கொண்டிருக்கிறான், சுமதியின் வீட்டிலிருந்து இறங்கி! அவனை ஒரு குரல் அழைக்கிறது. திடுக்கிட்டுத் திரும்புகிறான். சுகதேவ் வருகிறான். முத்தன் பயந்து விடுகிறான்.

சுகதேவ் : பயப்படாதே முத்தா!

முத்தன் : என்ன விஷயம்?

சுகதேவ் : வேதாளம் சாமியார் வேஷத்தில் அலைகிறான்.

முத்தன் : அதற்கென்ன இப்போது?

சுகதேவ் : என்னுடைய காதலி முத்தாயியை ஏமாற்றினானோ என்னமோ, தெரியவில்லை ; அவளை அழைத் துக்கொண்டு எங்கேயோ போகிறான்.

முத்தன் : ஆ!

சுகதேவ் : அவனுடைய ஆஸ்ரமத்துக்குத்தான் போயிருப்பான். என்னோடு வா ! காட்டுகிறேன் - தயவு செய்து நீ முத்தாயியைப் பார்த்துக் கொள். நான் உடனே போய், இந்த ஊரிலுள்ள பாதுகாப்பு வீரர்களை அழைத்து வருகிறேன்.

முத்தன் : முதலில் முத்தாயி இருக்குமிடத்தை காட்டும்!

சுகதேவ் *: வா வா !*

[இருவரும் ஓடுகிறார்கள்]

காட்சி - 57 : வேதாளம் இருப்பிடம்

வெற்றிவேலனும் - முத்தாயியும்! முத்தாயி பொங்கிவரும் எரிமலையின் முன்னே தவித்துக் கொண்டிருக்கிறாள்.

வெற்றிவேலன் : என்ன விழிக்கிறாய்? நீ எங்கு சென்றாலும் நான் விடமாட்டேன். வானம்பாடியாக நீ பறந்தால் உன்னை வட்டமிடும் பருந்தாக மாறுவேன். புள்ளிமானாக மாறித் துள்ளினால் புலியாகச் சீறிடுவேன். நீ கடைசியில் பிணமானால் கூட உன் சரீரத்தைத் தொட்டெரிக்கும் சந்தனக் கட்டையாக மாறு வேன் நான்.

இன்பமே! இணங்கிவிடு. வசந்தத்திலே புஷ்பிக்கும் வாசப்புது மலரே ! வந்துவிடு என்னிடம். வண்ணத் தாமரையே ! வர்ணஜாலப் பூங்கொத்தே! என் வலிமைமிக்க தோள்களிலே உன்னை வாரி எடுத்துக் கொள்வேன் பாய்ந்துவிடு என்மேல் பைங்கிளியே!

முத்தாயி : பாவி ! என்னைவிட்டு விடு!

வெற்றிவேலன் : கையிலே கிடைத்த கனி - கண்ணியில் அகப்பட்ட பறவை கபோதிகள் கூட விடமாட்டார்கள் முத்தாயி உன்னிடம் இவ்வளவு நேரம் பேசிக் கொண்டிருப்பது - மலரைக் கசக்கி முகர்ந்தால் மணம் இருக்காது என்ற காரணத்திற்காகத் தான் எச்சரிக்கிறேன்; பொறுமையை சோதிக்காதே!

முத்தாயி : சீ!

(முத்தாயி வெற்றிவேலனை அறைந்து விடுகிறாள்.)

வெற்றிவேலன் : *(கனல் பறக்க) உம்! ஊமையாகி விடு! உருத்தெரியாமல் ஆக்கிவிடுவேன்.*

முத்தாயி அவனிடம் சிக்கிக் கொண்டாள். விடுவித்துக் கொள்ளமுடியாதபடி அகப்பட்டுக் கொண்டாள். அய்யோ அய்யோ என்று அலறுகிறாள். அப்போது முத்தன் கூறையின் வழியாக உள்ளே குதிக்கிறான். தளபதி திடுக்கிடுகிறான்.

முத்தாயி : 'அத்தான்' என ஓடி அவனைக் கட்டிக்கொள்கிறாள். வெற்றிவேலன், முத்தனை வெறிக்கப் பார்க்கிறான்.

வெற்றிவேலன் : *முத்தா! வீணே சாகாதே! நீ யார் என்பதை நிதானித்துக்கொள்.*

முத்தன் : *நான் உன் தான் தோன்றித் தனத்தின் தர்பாரிலே, சர்வாதிகார சபாமண்டபத்திலே, சிக்கிச் சீரழிந்த வீரன் - ஆனால் இன்று அந்த வீரனாக வரவில்லை. நான் சிந்திய ரத்தத்திற்கு - நான் அனுபவித்த சித்ரவதைகளுக்கு, உனக்குப் பரிசளிக்க வந்திருக்கிறேன். பெண் வேட்டையாடும் பித்தனே! மதுவும் மங்கையர் சுகமும் உங்கள் மகுடத்தின் நிழலிலே மறைந்துகிடக்கலாம் ! ஆனால் - அந்த மகுடத்தை தூளாக்கிப்போடும் புரட்சி சக்தி பொங்கி எழுந்துவிடும் என்பதை உணர முடியாத மதோன்மத்தர்கள் நீங்கள் !*

வெற்றிவேலன் ஆத்திரங் கொப்பளிக்க - "என்ன சொன்னாய் " என்று கூறிக்கொண்டே முத்தனின் உடலில் மாறி மாறிக் குத்துகிறான். பலமான அவனது தாக்குதல்களை சமாளிக்க முடியாமல் முத்தன் திணறுகிறான். வெளியிலிருந்து வேதாளமும் உள்ளே வந்து விடுகிறான். அவன் முத்தாயியை ஓடிவிடாமல் பாதுகாக்கிறான். தளபதியின் தாக்குதல் முத்தனை சுருண்டு விழச்செய்கிறது. காதலனின்

நிலைமையை முத்தாயி கண்டு அலறுகிறாள். முத்தன் கன்னமெல்லாம் வீங்கிவிட்டது. வாயிலிருந்து ரத்தம் கசிகிறது. அவனால் தளபதியை எதிர்க்க முடியாமல் கீழே விழுந்து விடுகிறான். தளபதி, கம்பீரமாக நிற்கிறான் முத்தனை வீழ்த்திவிட்ட பெருமையில்! கீழே விழுந்த முத்தன் தலைநிமிருகிறான். அவனது கண்களில் நெருப்பு கிளம்புகிறது. புயல் போல் மூச்சு விடுகிறான். அவ்வளவுதான்; எழுந்து விட்டான் முத்தன், தளபதியால் தடுக்க முடியாத அளவுக்கு. . . . . பட படவென அவன்மீது எதிர்த் தாக்குதலைப் பொழிகிறான். வேதாளம் அஞ்சி நடுங்குகிறான். முத்தனைக் கொல்ல வேதாளம் முயலும்போது, முத்தாயி தடுத்து விடுகிறாள். முத்தன் தளபதியின் நெஞ்சின்மீது அமர்ந்துகொண்டு பலமாகத் தாக்குகிறான். பிறகு வெற்றிவேலன் எழவேயில்லை. அவன் கோரக் கண்கள் மூடிவிட்டன. முத்தனின் ஆத்திரம் வேதாளத்தின்மீது பாய்கிறது. வேதாளம் ஓடுகிறான். ஓடிவிடுகிறான். முத்தன் களைத்துப்போய் நிற்கிறான். முத்தாயி அவனைத் தழுவி நிற்கிறாள்.

வெளியிலே ஓடும் வேதாளச் சாமியாரை - வீரர்களை அழைத்துக் கொண்டுவரும் சுகதேவன் பார்க்கிறான். உடனே வீரர்களிடம் "இவனை விடாதீர்கள்" என்று கத்துகிறான். ஒரு வீரனின் ஈட்டி பாய்கிறது. அதை முதுகில் ஏந்திக் கொண்டே வேதாளம் ஓடிப்போய் - ஒரு மலைச் சரிவில் விழுந்து கண்ணை மூடுகிறான். அவனது மேலங்கி தாறுமாறாகக் கிழிந்து கிடக்கிறது. அந்தக் கிழிசலின் இடையே பூணூல் மின்னுகிறது.

சுகதேவும் வீரர்களும் - ஆஸ்ரமத்துக்குள்ளே நுழைந்துவிடுகிறார்கள். முத்தன் முத்தாயி திகைக்கிறார்கள், வீரர்கள் முந்தனை வளைத்துக் கொள்ளுகிறார்கள். வீரர் தலைவன், வெற்றி வேலன் நிலைமையைப் பார்த்து, "ஆ! நமது தளபதி" என்று கூவிய வண்ணம் அவனிடம் ஓடுகிறான்.

வெற்றிவேலன் கண்கள் மெதுவாகத் திறக்கின்றன. உதடு அசைகிறது. அந்த அசைவு கூட நல்ல அசைவாக இருக்கக் கூடாதா!

"முத்தன் படையிலிருந்து ஓடிப்போய்விட்டான் இவன் எதிரிகாட்டு ஒற்றன். அவனைப் பிடிக்கவந்த இடத்தில். . . இப்படி யாகிவிட்டது

வெற்றிவேலனின் இமைந்து கொண்டிருந்த கடைசி மூச்சும் நின்றுவிட்டது.

வீரர் தலைவன் : யார் இந்த முத்தன்! இவன் தானே இவளைக் கொண்டு செல்லுவோம் உடனே வேங்கை புரத்திற்கு ! - உம் - இழுத்து வாருங்கள்.

முத்தனை வீரர்கள் விலங்கிட்டு இழுத்துச் செல்லுகிறார்கள். முத்தாயி 'அத்தான்' என ஒருமுறை கதறுகிறாள். மயக்கமுற்றுக் கீழே விழுகிறாள்.

அவளது மயக்கத்தைத் தீர்க்க சுகதேவன் முயற்சி எடுத்துக்கொள்கிறான். கண் விழிக்கும் முத்தாயி பைத்தியக்காரி போல உளருகிறாள்.

முத்தாயி : நீங்கள் கொலைக் குற்றவாளியா? குற்றவாளியா. . ?

சுகதேவ் : பயப்படாதே! நான் ஒன்றும் குற்றவாளியல்ல . . . . . . அந்த முத்தன் தான் குற்றவாளி.

முத்தாயி : அய்யோ. . . என் காதல் தெய்வமே! உங்கள் கைகளிலே . . . . .

சுகதேவ் : ஒன்றுமில்லை . . . தண்ணீர்க் குவளை தான் . . . . . . பயப்படாதே கண்ணே! எழுந்திரு!

முத்தாயி கண்ணை அகல விழித்துப் பார்க்கிறாள். அவளுக்கு நிதானம் வருகிறது. சுகதேவனைக் காணுகிறாள்.

முத்தாயி : பாவி - நீ யொருத்தன் வந்துவிட்டாயா?

சுகதேவ் : ஏன் முத்தாயி கோபித்துக்கொள்கிறாய் - ஏதாவது ஊடலா?

முத்தாயி : இப்போது நீ என்ன சொல்லுகிறாய்?

சுகதேவ் : என்ன சொல்வேன் - நமது திருமணத்தைப் பற்றி ...

முத்தாயி : அட அநியாயக்காரா! வேதனையின் விளிம்பிலே நிற்கும் என்னிடம் விரகதாபம் பேச வந்துவிட்டாயே நீ ஒருவன் - இதுதானா உன் மாளிகையில் கற்றுக்கொடுத்த பாடம்? போ வெளியே! உம் போகிறாயா இல்லையா?

சுகதேவ் : அதெல்லாம் யாரும் போகமுடியாது. முத்தாயி - வீணே விளையாடாதே! வா விவாகத்தை இப்போதே முடித்துக்கொள்வோம்

முத்தாயி : உனக்குக் கண்ணில்லை. . . ? மனித உணர்ச்சியில்லை. . . ? பெண் பழி பொல்லாது என்பார்களே அதை நீ படித்ததில்லை?

சுகதேவ் : எதுவும் என் காதில் விழாது ! இப்போது நீ என்னை திருமணம் செய்துகொண்டுதான் தீர வேண்டும் - - கண்ணே முத்தாயி!

முத்தாயி : ஆக்ரோஷமாக எழுந்து நிற்கிறாள். அவளுடையகளைப்பு, பலஹீனமெல்லாம் எங்கேயோ ஓடிவிட்டது. பேச ஆரம்பிக்கிறாள்.

முத்தாயி : உம் நான் தயாராயிருக்கிறேன். இந்த சரீரம் தானே உமக்கு வேண்டும். . . என் மேனியின் மெருகிலேதானே நீ மயங்கிவிட்டாய் உம் - அடிமை யாக்கிக்கொள் என்னை ! யாரோ சொன்னாளாமே; உடல்தான் அழுக்குப்பட்டது. உள்ளம் அழுக்குப் படவில்லையென்று ! அப்படியல்ல நான் சொல்வது. என் கற்பை உன் காலடியில் வைக்கத் தயாராகி விட்டேன் காமவெறியில் பாய்ந்துவரும் கழுகே! உன் கொடிய நகங்களால் என் இருதயத்தைப் பிராண்டிவிடு! காமபோதையில் கருத்திழந்த காண்டாமிருகமே! என்னை விழுங்கு! பஞ்சணைப் பசியால் கொஞ்சிவரும் மலைப்பாம்பே! வாடிய என் உடலை உன் வயிற்றுக்குள் போட்டுக்கொள் ! உம் தாமதிக்காதே! சூறையாடு என் கற்பை! சுக்கு நூறாக்கிவிடு என் வைராக்கியத்தை ! பெண்களை விபசாரப் பதுமைகளாக நினைத்துவிட்ட பேயர்களின் பிரதிநிதியே ! ஏன் நிற்கிறாய்? ஏன் தயக்கம்? இதோ நான் தயார் ! என் பிணம் பேசுகிறது உன்னோடு! என் சவம் அழைக்கிறது உன்னை சல்லாபத்திற்கு ! வா வா வஞ்சகனே ! வா ! இதோ நான்! முத்தாயி! முத்தனின் காதலி! உனக்கு வெள்ளாட்டி!

இந்தக் கனல்கிளம்பும் ஓலத்தைக்கேட்ட சுகதேவன் பிரக்ஞையிழக்கிறான்.

சுகதேவ் : முத்தாயி ! என்னை மன்னித்துவிடு ! என்னை மன்னித்துவிடு !

முத்தாயி ஸ்தம்பித்து நிற்கிறாள். அவளுக்கு எதிரே ஒரு துரும்புபோல் துடிக்கிறான் சுகதேவன்.

சுகதேவ் : அன்புள்ள சகோதரி ! இப்போதே முயற்சி எடுக்கிறேன். உன் காதலன் முத்தன் குற்றவாளியல்ல - எதிர் நாட்டு உளவாளியல்ல என்பதை நிரூபிக்கிறேன்.

இதைச் சொல்லிவிட்டு, சுகதேவன் அந்த இடத்தைவிட்டு வெளியே ஓடுகிறான்.

காட்சி - 58 : பாளையக்காரர் அரண்மனை

கூடத்திலே, பலதேவர். அவர் மனைவி, மாய்கைநாத சாமியார் ஆகியோர் வருத்தமாக அமர்ந்திருக்கிறார்கள். அவர்கள் பேசுவதை மாளிகையின் மேலேயுள்ள கூடத்துப் பலகணி வழியாக கவனித்துக் கொண்டிருக்கிறாள், பூங்காவனம்.

சாமியார் *: எனக்கென்னமோ சுகதேவ் திரும்பிவருவது சந்தேகமாகி விட்டது.*

பலதேவர்மனைவி : *அய்யோ - என் மகன் வரமாட்டானா? நான் என்ன செய்வேன்*

சாமியார் *: விதி - நம் விழிகளையும் மூடிவிடும். சுகதேவ், எதிரே நின்றால்கூட நம் பார்வைக்குத் திரைபோட்டு விடும் பயங்கர சக்தி வாய்ந்தது அந்த விதி.*

மேலே பலகணியிலிருந்தபடியே,

பூங்காவனம் *: உம், ஆரம்பமாகிவிட்டது. விதிக்கு விளக்கம், அண்ணா - நீங்கள் சாமியாரை நம்புகிறீர்கள். சாமியார் பாவம் விதியை நம்புகிறார். . . விதி, சாமியாரை நம்பி வாழ்கிறது - இப்படி சக்கரம்போல விதி, சுற்றிக்கொண்டேயிருந்தால், சுகதேவும் எங்கேயாவது சுற்றிக்கொண்டே தானிருப்பான்.*

சாமியார் *: அவசரக்காரப் பெண்கள் . . .*

பூங்காவனம் *: ஆமாம் சாமியாரே அது முழுக்க முழுக்க உண்மை! - நான் அவசரக்காரிதான் ! அவசரக் காரியேதான்!*

பலதேவர் : *(மேலே பார்த்து) பூங்காவனம் போதும் நிறுத்து!*

அப்போது சுகதேவன் அங்கு ஓடிவருகிறான். "அப்பா! அப்பா!" என்று கூறியபடி! அவனைக் கண்ட ராணி, ஓடிப்போய் "வந்துவிட்டாயா என் செல்வமே!" என்று கட்டிக்கொள்ளுகிறாள்.

சுகதேவ் : *என்னைக் கொஞ்சுவதற்கு நேரமில்லை அப்பா! காரியம் மிஞ்சி விட்டது!*

பலதேவர் : *என்ன சுகதேவ்?*

சுகதேவ் : *நீங்கள் வந்தால் தான் ஒரு உயிரைக் காப்பாற்ற முடியும்!*

பலதேவர் : *என்ன சொல்லுகிறாய்?*

சுகதேவ் : *தூக்குமேடைக்குப் போய்க் கொண்டிருக்கிறான் ஒரு ஏழை அவனைக் காப்பாற்றுங்கள்! அவனை எதிரி நாட்டு உளவாளி என்று சொல்லி, கொலைக்குற்றம் சுமத்தி தண்டித்துவிட்டார்கள். உடனே புறப்படுங்கள் அப்பா - வேங்கை புரத்து அரசனிடம்!*

பலதேவர் : *விஷயத்தை விபரமாகச் சொல்!*

சுகதேவ் : *முத்தனுக்கு தூக்கு தண்டனை கொடுத்துவிட்டார்கள்.*

இதை சுகதேவ், சொல்லி முடிப்பதற்குள்ளாக மேல் மாளிகையில் "அய்யோ! முத்தா!" என்ற பெரும் சப்தம் கேட்கிறது. தடதடவென்று ஒலியுடன் கீழே விழுகிறாள் பூங்காவனம். எல்லோரும் மேலே ஓடுகிறார்கள். பூங்காவனம், பேச்சு மூச்சற்றுக் கிடக்கிறாள். பலதேவர், தன் ஆட்களிடம், "உடனே போய், வைத்தியர் பூபதியை அழைத்து வாருங்கள்" என்று கட்டளையிடுகிறார். ஆட்களும் ஓடுகிறார்கள்.

பூபதியின் வீட்டிலே ஆட்கள் போய்க் கூப்பிடுகிறார்கள். "இருபது வருஷமாயிற்றப்பா அந்த அரண்மனையில் நுழைந்து!" என்று கூறிக்கொண்டே பூபதி புறப்பட்டு விடுகிறார்.

பூங்காவனம் கட்டிலில் கிடத்தப்பட்டிருக்கிறாள். பூபதி வந்து அவளைப் பரிசோதிக்கிறார். பரிசோதனை முடிந்ததும் "பயப்படாதீர்கள். . . மன அதிர்ச்சிதான்!" என்று சொல்லிவிட்டு ஏதோ சில மருந்துகளை அவள் மூக்கில் காட்டுகிறார். பூங்காவனம் கண் விழிக்கிறாள்.

பூபதி : பிரபூ! ஏன் இப்படி திடீரென்று மயக்கம் வந்தது ஏதாவது சோகச் செய்தி?

பலதேவர் : அப்படியொன்றுமில்லை, நமது மாளிகையில் குதிரைக்காரன யிருந்தானே அந்த முத்தனுக்கு தூக்கு தண்டனையாம் அதைக் கேள்விப் பட்டவுடன்...

பூங்காவனம் மறுபடியும் "முத்தா" என அலறுகிறாள். பூபதியின் மூளை மிகவேகமாக வேலை செய்கிறது. பலதேவரைப் பார்த்து

பூபதி : இந்த மாளிகைக்கு பின்புறமாக படிக்கட்டுகள் இருக்கிற தல்லவா?. . . . . . .

பலதேவர் : இருக்கிறது!. . .

பூபதி அறையைச் சுற்றி நன்றாகக் கண்ணை செலுத்துகிறார். காதல் புறக்கள் - கன்றைநாடும் பசு மான்தோவில் வேங்கை - அந்த மூன்று சிலைகளும் அவர் கவனத்தை அதிக நேரம் இழுக்கின்றன. அவைகளையே பார்த்துக் கொண்டு நிற்கிறார். பிறகு பேச ஆரம்பிக்கிறார்

பூபதி : பெருமையுள்ள பிரபுவே! என்னை அந்தப் பின் புறத்துப் படிக்கட்டுகளின் பக்கம் அழைத்துச் செல்வீர்களா?

பலதேவர் : அப்படியே! வாரும் பூபதி!

எல்லோரும் அந்தப் படிக்கட்டுகளின் பக்கம் செல்கிறார்கள். பூபதி அந்தப்படிகளை "ஒன்று, இரண்டு, மூன்று" என்று வாய்விட்டுச் சொல்லி எண்ணுகிறார்?

பலதேவர் : என்ன பூபதி - படிகளை எண்ணுகிறீர்?

பூபதி : ஹஹ ஹ - படிகளை எண்ணுகிறேன். அதோடு பழைய நிகழ்ச்சி யொன்றையும் எண்ணுகிறேன். என்ன; மாய்கைநாத சாமியாரே ! சாமிக்கு திருச் சிற்றம்பலத்தைத் தவிர வேறு எதுவும் தெரியாது - ' பாபம்!

பலதேவர் : புரியும்படி சொல்லும்!

பூபதி : சொல்லுகிறேன் இளையராணி, முத்தனுக்கு மரண தண்டனை என்றதும் மூர்ச்சையானார்கள் - இல்லையா?

பலதேவர் :ஆமாம் அதற்கென்ன?

பூபதி : முத்தனுக்கு வரும் ஆபத்து - இந்த அம்மாளை பாதிப்பானேன்?

பலதேவர் : அவன் இங்கு வேலைக்காரனாயிருந்தவன்.

பூபதி : வேலைக்காரனுக்காக வருத்தப்பட்டவர்கள் - உங்கள் வரலாற்றிலேயே கிடையாதே! பலதேவப்பிரபு அவர்களே! இந்தப் படிகளை நான் ஏன் எண்ணிப்பார்த்தேன் தெரியுமா? இருபத்து மூன்று ஆண்டுகளுக்கு முன் - நான் எண்ணிய முப்பத்தாறு படிகள் சரியாக இருக்கிறதா என்பதற்காகத்தான்!

பலதேவர் : விபரமாகச் சொல்லும்.

பூபதி : சொல்லுகிறேன் - இருபத்து மூன்று ஆண்டுகளுக்கு முன்னால் - நீங்கள். உங்கள் மனைவி - குழந்தை சுகதேவ் மூவரும், காசியாத்திரை சென்றுவிட்டு. இமயகிரி முதலியவைகளை சுற்றிப் பார்த்துவர சென்றிருந்தீர்கள் அல்லவா?

பலதேவர் : ஆமாம்.

பூபதி : நீங்கள் திரும்பிவர இரண்டு ஆண்டுகள் பிடித்தது.

பலதேவர் : ஆமாம்.

பூபதி : இளையராணி பூங்காவனமும் அவர்களுக்குப் பாதுகாப்பாக காவேரி என்றவளும் அரண்மனையில் இருந்தார்கள் அல்லவா?

பலதேவர் : ஆமாம்!

பூபதி : ஆகா நன்றாக ஞாபகமிருக்கிறது - இப்போது நடப்பதுபோல் இதோ எல்லாம் என் கண்முன்னே காட்சியாகின்றன - அந்தக் காட்சியை அப்படியே சொல்லுகிறேன் கேளுங்கள்.

இந்த மாய்கைநாத சாமியார் ஒருநாள் இரவு ஓடிவந்து என்னை அவசரமாகக் கூப்பிட்டார். ரகசியம் ஒன்று! அதை மறைத்துவிட வேண்டுமென்றார். வந்தேன் அழைத்து வந்தார் என் கண்களை வழியிலேயே கட்டி விட்டார். மறுத்தேன். பொன் மூட்டையொன்று வழங்கினார். ஒத்துக்கொண்டேன். எங்கே அழைத்துப் போகிறார் என்று தெரியவில்லை. கண் கட்டப்பட்டேயிருந்தது. ஏதோ படிகளில் ஏறி - என்னை அழைத்துச் செல்வது தெரிந்தது படிகளை கவனமாக எண்ணிக் கொண்டேன். முப்பத்தாறு படிகள் ! நன்றாக ஞாபகமிருக்கிறது. ஒரு இருண்ட அறையில் மங்கலான வெளிச்சத்துக்கிடையே என் கண்கள் அவிழ்த்து விடப்பட்டன. எந்த இடமென்று. தெரிந்துகொள்ள சுற்று முற்றும் பார்த்தேன் - இதோ இந்த மூன்று சிலைகளும் அப்போதும் இருந்தன. காதற் புறாக்கள் - கன்று நாடும் பசு - மான் தோல் வேங்கை - ஆம் இவைகளேதான்! கட்டிலில் ஒரு பெண் படுத்திருந்தாள். அவள் முகம் சுறுப்புத்துணியால் நன்றாக மூடப்பட்டிருந்தது. பிரசவ வேதனையால் அவள் துடித்துக் கொண்டிருந்தாள். இன்னும் சிறிது நேரத்தில் இறந்துவிடுவாள் போல் தோன்றியது. பிறகு நான் மருத்துவம் செய்தேன். அழகான குழந்தை குழந்தையை உடனே சாமியார் காவேரி என்பவளிடம் கொடுத்துவிட்டார். காவேரி குழந்தையுடன் ஓடி விட்டாள். மீண்டும் என் கண்கள் கட்டப்பட்டு வீட்டில் கொண்டுவந்து விடப்பட்டேன் - பிறகு காவேரியிடம் அந்தக் குழந்தை வளர்ந்ததும் அந்தக் குழந்தைதான் முத்தன் என்பதும் எனக்குத் தெரியும். பிறகு நான் வெளிநாடு போய்விட்டேன்.

அந்தப் பரமரகசியம் மட்டும் பாதாளத்தில் புதைந்துகிடந்தது. சாமியாரையும் எவ்வளவோ கேட்டுப் பார்த்தேன் சொல்லவில்லை ஆனால் இப்போது புரிகிறது. அந்தக் குழந்தை பிறந்த இடம் இந்த அறைதான் என்பது ! - ஆம் இன்று தூக்கு மேடையிலே நிற்கும் முத்தனுக்கு, தொட்டில் கட்டியிருக்கவேண்டிய இடம் இதுதான் ! ஆனால் ஒன்று பிரபுவே! இந்தச் சாமியார் அவ்வளவு அக்கரை எடுத்துக்கொண்டாரே - அது ஏன் என்று இன்னும் எனக்கு விளங்கவில்லை.

(அப்போது பூங்காவனம் உரத்த குரலில் சப்தம் போடுகிறாள்)

பூங்காவனம் *: நான் சொல்லுகிறேன் ! முத்தனின் தாய் நான்தான்!*

பலதேவர் *: ஆ !*

பூங்காவனம் *: அண்ணா என்னை மன்னித்து விடுங்கள் - இதோ (சாமியாரைக் காட்டி இந்தக் காதகன்தான் என்னை ஏமாற்றி விட்டான். நீங்களும் அண்ணியும் வடக்கே சென்றிருக்கும் போது இவன் வலையில் நான் விழுந்துவிட்டேன். பக்தி போதனை செய்வதாக இந்தப் பாலசந்யாசி அடிக்கடி வந்தான் - ஒரு நாள். இரண்டு நாள் - உலகத்தைப் பற்றிப் பேசினான் - பிறகு. உலகைப் படைத்தவனின் உத்தம குணங்களை விளக்கினான். கடவுள் அவதாரங்களின் காதல் வீலைகள் பற்றி வர்ணித்தான். மாயக் கண்ணன் - மன்மதன் ரதிதேவி - மகேசன் பார்வதி வள்ளி மணவாளன் - பிர்மா, திலோத்தமை - மேனக - விசுவாமித்திரன் - இப்படியெல்லாம் புராணக் கதைகள் சொன்னான். போதை நிறைந்த அந்தக் கதைகள் என் புத்தியைத் தடுமாற வைத்துவிட்டன. விவரிப்பானேன் -*

வீழ்ந்தேன் : வீழ்ந்தேன் ; தமிழச்சிக் கட்டிக் காக்கும் கற்பு நெறியிலிருந்து வீழ்ந்தேன் ! சந்யாசத்தை விட்டு விடுகிறேன் - சம்சார வாழ்வு தொடங்குகிறேன் என்றான். கடைசியில் - கருவிலே முத்தனும் வந்தான் ! "ஊர் கைகொட்டி சிரிக்கும் உன்னை மணந்தால்" என்று காரணம் கூறி என்னைக் கைவிட்டு விட்டான். முத்தனின் தந்தை இவன் நான்தான் தாய்!

பூபதி : என்ன சாமியாரே திகைப்பு? ஹஹஹ பற்றற்ற துறவிகள், புழுதியைக்கூட நாடமாட்டார்களாம்; நீரோ பூங்காவனத்தையே நாடியிருக்கிறீர் ! - ஹஹஹ.

பலதேவர் : பூபதி . ஐயாயிரம் பொன் தருகிறேன் - இந்த அவமானச் செய்தியை வெளியில் சொல்லாதீர் !

பூபதி : எனக்கு வேண்டாம் - ஐயாயிரம் பொன் ! முன்பு ஒருமுறை நான் பொன்னுக்கு அடிமைப்பட்டதால் தான் இந்தப் போலி வேடதாரி இவ்வளவு நாள் வெளிச்சம் போட முடிந்தது - பிரபு ! ஐயாயிரம் பொன்னைக்கொண்டு - இந்த ஆண்டியின் மடத்தை அறிவு வளர் கல்விக்கூடமாக மாற்றுங்கள். மற்றொன்று! - மூடியிருக்கும் இந்த ரகசியம் வெளிவர வேண்டாமென்று நீர் விரும்புவது உண்மையானால், உடனே சென்று முத்தனைக் காப்பாற்றுங்கள் ! அவனை வெளிநாட்டு உளவாளி என்று வேங்கை புரத்தரசன் தீர்மானித்து விட்டான். நீங்கள் போனால்தான் உண்மை வெளியாகும்.

சுகதேவ் : ஆம் - அப்பா! புறப்படுங்கள் ! - (எல்லோரும் - புறப்படுகிறார்கள்)

காட்சி - 59 : சிறைச்சாலை

முத்தன் அடைப்பட்டிருக்கிறான். இன்னும் சிறிது நேரத்தில் அவன் தூக்குமேடைக்கு அழைத்துச் செல்லப்பட வேண்டும். மென்காற்று வீசிக் கொண்டிருக்கிறது. அந்தக் காற்றின் ஸ்பரிசத்தை சில நாழிகைகளுக்கு பிறகு அவனால் உணரமுடியாது. சிறைக் கம்பிகளுக்கு வெளியேத் தெரியும் அந்த உலகத்தின் சிறிய பகுதியை காணும் அவனது மோகன விழிகள் கொஞ்சநேரத்தில் மூடிவிடும். அய்யோ! அதற்குள், ஒரு முறை அவன் இதயம் நிறைந்தவளை பார்க்கக் கொடுத்து வைக்காதா அந்த ஏழைக்கு! அதோ! முத்தாயி வந்துவிட்டாள். உண்மை தான்! நினைவின் நிழலல்ல! அவன் கண்ணில் தேங்கி நிற்கும் நீர் துளிகளுக்கிடையே வைடூரியத்தின் நடுவே நிழலாட்டம் போடும் ஒளி போன்றதல்ல அந்த உருவம். உண்மையாகவே முத்தாயி வருகிறாள். ' அத்தான்' என்றலற வாய் திறக்கிறாள். ஆனால் முடியவில்லை. நெஞ்சடைத்து விடுகிறது.

முத்தன் *: இன்பமே! கலங்காதே ! இன்று நமக்கு கடைசி நாள் ! கடைசி சந்திப்பு ! காதல் பாடும் உன் கண்களை இனி நான் பார்க்க முடியாது! தேன் பொழியும் உன் அதரங்களின் தித்திப்பை இனி நான் சுவைக்க முடியாது ! இன்னும் இரண்டொரு வினாடிகள். உன்னைப்பற்றி இன்ப நினைவுகளை அதற்கு மேல் இந்த ஏழை முத்தனால் சுமக்க முடியாது!*

முத்தாயி *: அத்தான் ! உங்கள் பின்னாலேயே நானும் வருவேன். நம்மை யாரும் பிரிக்க முடியாது!*

முத்தன் *: பைத்தியம்! ஏதோ காதலர்களுக்காக ஒரு உலகம் கட்டிவைத்திருப்பதாகவும், அந்த உலகத்தில் செத்துப்போன*

காதலர்கள் குடியேறலாமென்றும் யாரோ ஒரு ஆசைக்காரன் கிறுக்கி வைத்துவிட்டுப் போனான் ! அதை நம்பி நீயும் பிணமாகிவிடாதே! உயிர்விடப்போகும் நான் உன்னிடம் கேட்கிற ஒரே ஒரு உறுதி - உனக்கு இடுகிற ஒரே ஒரு அன்பு உத்திரவு....

முத்தாயி எதுவானாலும் கேட்கிறேன். . .

முத்தன் : நீ சாகாமல் வாழவேண்டும் என்பதுதான்.

முத்தாயி : நான் வாழமுடியாதவள். . . அத்தான்.

முத்தன் : கண்ணே! உன் வயிற்றிலே வளருகிற நம் காதற் களஞ்சியத்தை நான் காண முடியாவிட்டாலும் நீ கண்டு களிப்பவள். அந்த இன்ப எதிர் காலத்தை நினைத்து நான் இப்போது ஒரே ஒரு சந்தோஷ மூச்சுவிடுகிறேன்.

முத்தாயி : அத்தான்!

முத்தன் : அழாதே - கண்ணே! அழாதே ! உன்னை சிரித்த முகத்தோடு என் சிந்தைக் குளிர ஒருமுறைப் பார்க்கிறேன். எங்கே. . . என் செந்தமிழே ! சிரிப்புக் காட்டு!

முத்தாயி : அத்தான்!

முத்தன் : மதுவூரும் உன் இதழ்களை முத்தமிட்டேன். அது பிடிக்கவில்லை உலகிற்கு - நீதிக்கு - நியாயத்திற்கு. ஆகையால் மரணத்தை முத்தமிடப் போகிறேன். முத்தாயி ! கடைசியாக ஒன்று கேட்கிறேன். முத்தாயி! கடைசியாக ஒன்று கேட்கிறேன். நாம் சேர்ந்து பாடுவோமே அந்த காதல் பாட்டு அதை இனிமேல் எங்கு கேட்கப் போகிறேன். எங்கே அதைப்

பாடு பாடு ! நீ பாடாவிட்டால் உன் காதலன் நிம்மதியாக சாகமாட்டான். பாடு - கண்ணே - பாடு!

முத்தாயி அழுதுகொண்டே அந்த காதற் கீதத்தை பாடுகிறாள். அதனின் இறுதி வரிகளில் முத்தனும் சேர்ந்துகொள்ளுகிறான், அப்போது காவலர்கள் சிறைக்கதவைத் திறக்கிறார்கள். முத்தனின் கடைசி யாத்திரை ஆரம்பமாகிறது.

காட்சி - 60

பலதேவர், பூங்காவனம், சாமியார், சுகதேவ், முதலியோர் வரும் பல்லக்கு வண்டிகள் வேகமாக வருகின்றன. அவர்களின் வேகத்தைப் பார்த்தால் கட்டாயம் முத்தனை மீட்டு விடுவார்கள் என்றே தெரிகிறது.

தூக்குமேடையை நோக்கி முத்தன் அடியெடுத்து வைக்கிறான். அவன் கடந்த பாதையை இனி மீண்டும் பார்க்கவே முடியாது. தூக்கு மேடை அவனை வாய்பிளந்து வரவேற்கிறது, தூரத்திலே - தன்னை மறந்து, முத்தாயி காதல் கீதத்தைப் பாடிக்கொண்டே யிருக்கிறாள். அப்பப்பா - அவள் தான் பாடுகிறாளா? சோகமே யாழாக உருவெடுத்து இசை பொழிகிறதா? இந்த கீதத்திலே மனதைப் பறிகொடுத்தபடியே முத்தன் நடக்கிறான். அவன் முகம் மூடப்படுகிறது. உலகம் மறைந்துவிட்டது அவனுக்கு! 'தடார்' என ஒரு சப்தம். அந்த சப்தம் முத்தனின் உயிரைப் பிரித்துக்கொண்டு போய் விட்டது. இனி அவனுக்கு எதைப்பற்றியும் கவலையில்லை. ஏழை முத்தன் இடர் நிறைந்த உலகை விட்டு விடுதலைபெற்று விட்டான்.

காட்சி - 61 : சுமதியின் வீடு

விதவை முத்தாயி அவள் தோழி சுமதி - இருவரும் இருக்கிறார்கள். பாளையக்காரர் குடும்பம் முழுவதும் அவள் எதிரே இருக்கிறது, சாமியார் உட்பட!

பலதேவர் : முத்தாயி! ஏன் எங்களோடு பேசமாட்டேன் என்கிறாய். . . .

முத்தாயி : என் பெருமூச்சுகளுக்குப் பேசும் சக்தியில்லையென்று கருதுகிறீர்களா?

பூங்காவனம் : உன்னே முத்தாயி - சொல்வதைக் கேள். எங்களோடு வந்துவிடு ! என் மகனைப் பார்ப்பது போல உன்னையாவது பார்த்துக் கொண்டிருக் கிறேன்.

முத்தாயி : மகன் ! இன்னொரு முறை சொல்லாதீர்கள். உங்கள் மாளிகை கௌரவம் மண்ணாகிவிடும் ! வெட்கமில்லை உங்களுக்கு. முத்தனை உங்கள் மகன் என்று சொல்லிக்கொள்ள. . . தாயாம் தாய் ! நாயைப்போல மகன் நடத்தப்பட்ட போது, வாயை முடிக்கொண்டிருந்த தாய்! பசியால் மகன் வாடிய சேதியை ருசியோடு கேட்டுக் கொண்டிருந்த தாய்! மகன் என்ற பாசத்தை மறைத்துக் கொள்ளத் தூண்டியது; உங்கள் மாளிகை வாசம் புத்திரன் என்று கூறிக் கொள்ளத் தடையாயிருந்தது உங்கள் போலி கௌரவம் - கண்யம் - மதிப்பு - மரியாதை - மண்ணாங்கட்டி எல்லாம் பாளையக்காரர் பெருமைக்குப் பங்கம் வரக் கூடாதென்று தானே - பத்து மாதம் சுமந்து பெற்றெடுத்த மகனை பரதேசி போல நடத்திக் கொண்டிருந்தீர்கள்? எங்கே தாயே; அந்தத் திமிர்? திமிருக்குப் போட்ட திரை கிழிந்துவிட்ட காரணத்தால் தேடி வந்தீர்களோ மகனை !

மாளிகை கௌரவத்தைப் பாதுகாக்கும் தாய் - மத வெறிக்கு விசிறி வீசும் தகப்பன் ! பத்தினியாக வேஷம் போட்டாள் தாய்! பக்தனாகக் கூத்தாடினான் தகப்பன் ! கற்பிழந்தவள் கன்னிகையானாள். சாமி. சாமியாக வாழ்கிறான். ஏன்? ஏன்? என் ரத்தக் கண்ணீரைக் கேளுங்கள் பதில் சொல்லும்! போலி கௌரவம் போலி பக்தி - இவை இரண்டையும் கேலி செய்கிறது சுருக்கு மாட்டப்பட்டு சாய்ந்த என் முத்தனின் பிணம்! மதிப்பு கெடக்கூடாது - மகன் கெட்டாலும் பரவாயில்லை என்பவள் மாதாவாம் மக்கள் ஆதரவு குறையக்கூடாது மகான் என்ற பெயர் மாறக் கூடாது - மகனைப்பற்றி கவலையில்லை யென்றவன் பிதாவாம் இந்த மகா நல்லவர்கள் மருமகளை அழைக்க வந்திருக்கிறார்கள் மானங்கெட்டவர்கள் உங்களுக்கெல்லாம் பதில் சொல்ல என் முத்தன் உயிரோடு இல்லை. இன்று இல்லாவிட்டால் நாளை உங்களுக்கு மட்டுமல்ல - உங்களைப் போன்ற உலுத்தர்களுக்கு, பதில் சொல்ல என் வயிற்றிலே வளருகிறது வாள்! போலி மதிப்பைப் பொசுக்கும் தீ ! மக்களை ஏமாற்றி வாழும் மதயானைகளை மாய்க்கும் வேல்! என் வயிற்றிலே வளருகிறது - அது சொல்லும் ; சூதுக்காரர்கட்குப் பதில் ! சூழ்ச்சிக்காரர்கட்குப் பதில்! சூடான பதில் - சுயமரியாதை பதில் !

அந்தப் பதிலுக்குக் காத்திருங்கள்! பாவிகளே! என் முத்தனை அநியாயமாகக் கொன்ற பாவிகளே! அந்தப் பதிலுக்குக் காத்திருங்கள் ! இப்போது போய்விடுங்கள் இதைவிட்டு முத்தாயியின் கனலும், புனலும் நிறைந்த கண்களுக்கு முன்னே நிற்கமுடியாமல் பலதேவர் குடும்பமும் சாமியாரும் தலைகுனிகிறார்கள்.

முடிவு

இப்போது புரிகிறதா - பலதேவர் ஏன் அப்படி நிற்கிறார் என்று! - கதையின் ஆரம் பத்தில் "பழுதூருக்கு வாருங்கள் " என்று உங்களைக் கூப்பிட்டேனே - வந்து பார்த்தீர்களே; பழுதூர் கதை எப்படியிருக்கிறது? பழுதடைந்த ஊர் - பழுதூர்! பழுதூரின் பாளையக்காரரும் பழுதடைந்த குடும்பத்தின் நிலைமையை நினைத்துத் தான் அப்படி நின்று கொண்டிருக்கிறார். தவறு செய்வதற்கு முன்பு - தங்கள் மதிப்பையும், பெருமையையும் உணர்ந்து பார்க்க முடியாதவர்கள் உலகத்தின் முன்பு தலைகுனியத்தான் வேண்டும்.

பலதேவர் கண்ணீர் விடவில்லை. ஆனால் அவர் இருதயம் வடிக்கும் இரத்தக் கண்ணீரை நம்மால் அறிய முடியவில்லை.

★★★

www.ingramcontent.com/pod-product-compliance
Lightning Source LLC
LaVergne TN
LVHW010925051026
849532LV00003B/843
* 9 7 8 8 1 9 9 6 2 4 3 9 9 *